INSIGHT PUBLICA®

INSIGHT PUBLICA ®
Nadakkave, Kozhikode, Kerala
www.insightpublica.com
e-mail: insightpublica@gmail.com
Indulekha
Varthamana Padangal
Literary Criticism
(Malayalam)
MP Balaram
First Insight Edition: November 2021

ISBN 978-93-5517-164-1
Cover Design: KJVJ
Printed and Published by
InsightinPublica Printers & Publishers Pvt Ltd.
₹219

ഇന്ദുലേഖ
വർത്തമാന പാഠങ്ങൾ

നോവലിന്റെ വർത്തമാന വായനകൾ

എം. പി. ബാലറാം

INSIGHT PUBLICA

1950 ൽ തലശ്ശേരിക്കടുത്ത് നിട്ടൂരിൽ ജനിച്ചു.

അച്ഛൻ: കെ. കെ. ദാമോദരൻ നമ്പ്യാർ, അമ്മ: എം. പി. രോഹിണി

ആറ്റടപ്പ യു. പി. സ്കൂൾ, കതിരൂർ ഗവ. ഹൈസ്കൂൾ, കൂത്തുപറമ്പ് നിർമ്മലഗിരി കോളേജ്, ഗവ. ബ്രണ്ണൻ കോളേജ് ധർമ്മടം, കോഴിക്കോട് സർവ്വകലാശാല എന്നിവിടങ്ങളിൽ വിദ്യാഭ്യാസം. മട്ടന്നൂർ പഴശ്ശിരാജാ എൻ. എസ്. എസ്. കോളേജിൽ മലയാള വിഭാഗത്തിൽ അധ്യാപകനായി വിരമിച്ചു.

ഭാര്യ: ശശികല, മക്കൾ: ബിപിൻ, നീത, നിതിൻ, മരുമക്കൾ: നിതിൻ ചന്ദ്രശേഖരൻ, എം. എം. രാധിക, ദിവ്യ വാസുദേവൻ, പേരക്കുട്ടികൾ: നയനിക, നക്ഷത്ര, ദർശ്.

കൃതികൾ:

വാക്കുകൾ തന്നെയാണ് പ്രശ്നം 2000, *ശബ്ദങ്ങൾ പ്രതിശബ്ദങ്ങൾ* 2009, *ധീരതയുടെ രക്തമുദ്ര* 2010, *വർഗഭാവുകത്വം* (കുഞ്ഞപ്പ പട്ടാന്നൂരുമായി ചേർന്ന്) 2013, *കുഞ്ഞപ്പ പട്ടാന്നൂർ: കനലുകൾ കുരുതികൾ രക്തസാഹോദര്യങ്ങൾ* 2015, *ഇന്ദുലേഖ: വർത്തമാന പാഠങ്ങൾ* 2015, *സ്വത്വം സംസ്കാരം സങ്കല്പനം: വിമർശന പാഠങ്ങൾ* 2016, *നരഭോജികൾ വീട്ടുമുറ്റത്ത്* 2017, *വാക്കുകൾ നിശ്ശബ്ദതകൾ* 2018, *വി. വി. കെ കവിതകൾ* (എഡി.) 2019, *വി. വി. കെ. കവിതകൾ: മുഖക്കുറിപ്പുകൾ* 2021, *നിശ്ശബ്ദ നിലവിളികൾ : വൈറസ് കാലവിചാരങ്ങൾ* 2021

വിലാസം: നവനീതം, ചാലക്കുന്ന്, തോട്ടട, കണ്ണൂർ-670007

ഫോൺ : +91 9446031273

e-mail : balarammp@gmail. com

blog : balarammp. blogspot. in/‘edam’/‘ഇടം’

എം. പി. ബാലറാം

ഉള്ളടക്കം

അനുബന്ധം

നവീകരിച്ച പതിപ്പിന്റെ മുഖവുര

2015 ആഗസ്റ്റ് മാസം പ്രസിദ്ധീകരിച്ച 'ഇന്ദുലേഖ വർത്തമാന പാഠങ്ങൾ' എന്ന വിമർശനകൃതിയുടെ നവീകരിച്ച പതിപ്പാണ് ഇപ്പോൾ പുതുരൂപത്തിൽ വായനക്കാരുടെ കൈകളിൽ എത്തിച്ചേരുന്നത്. ഇന്ദുലേഖാ നോവലിനെ വ്യത്യസ്തങ്ങളായ വീക്ഷണകോണുകളിലൂടെ നോക്കിക്കാണാനും വിലയിരുത്താനുമുള്ള ഈ പുസ്തകത്തിന്റെ ശ്രമങ്ങൾ വായനക്കാരിൽ കൗതുകവും ജിജ്ഞാസയും ഉണർത്താൻ പര്യാപ്തമായി എന്നറിവായതിൽ ഏറെ സന്തോഷമുണ്ട്. ഇന്ദുലേഖാ നിരൂപണങ്ങളിൽ അതേവരെ പ്രയോഗിക്കപ്പെടാതിരുന്ന സവിശേഷങ്ങളായ കരുക്കളെയും ചരിത്രവസ്തുതകളേയും ആദ്യമായി ഉപയോഗിക്കാൻ ശ്രമിക്കുന്നതിനു പുറമെ മറ്റൊരു പ്രധാനദൗത്യവുംകൂടി ഇതിന്റെ രചനയിൽ വിഭാവനംചെയ്യപ്പെട്ടിരുന്നു: പിറവിയുടെ കാലത്തെന്നപൊലെ പിൽക്കാലങ്ങളിലും ഇന്ദുലേഖാ നോവൽ തുടർന്നു പോരുന്ന വ്യത്യസ്തങ്ങളായ രാഷ്ട്രീയ ധർമ്മങ്ങളെ ആധാരമാക്കിയുള്ള ഒരു അന്വേഷണമാണത്. ഭാഗികമായി മാത്രം ആദ്യപതിപ്പിൽ തുടക്കം കുറിച്ച പ്രസ്തുത ദൗത്യം പൂർത്തീകരിക്കാനുള്ള ഒരവസരം കൂടി വിപുലീകരിച്ച ഈ പുതിയ പതിപ്പിന്റെ പ്രസിദ്ധീകരണം ഇതിന്റെ രചയിതാവിന് ഇപ്പോൾ നൽകിയിരിക്കുന്നു. മുമ്പ് തുടങ്ങിവെച്ച അന്വേഷണം മുന്നോട്ട് കൊണ്ടുപോകുന്നതിന്റെ ഭാഗമായുള്ള കുറിപ്പുകളാണ് ഈ കൃതിയിൽ രണ്ടു ശീർഷകങ്ങളിലായി പുതുതായി ഉൾപ്പെടുത്തിയിരിക്കുന്നത്.

അന്വേഷണം ഇവിടെ പൂർണ്ണമാകുന്നില്ല . ഇന്ദുലേഖാ നിരൂപണത്തിന്റെ ഭാവി സാധ്യതകൾ കൂടി ഈ കുറിപ്പുകളിൽ സൂചിപ്പിക്കപ്പെടുകയും നിർദ്ദേശിക്കപ്പെടുകയും ചെയ്യുന്നതിന് സാമ്രാജ്യത്വ ആഗോളീകരണത്തിന്റെ വർത്തമാനകാല രാഷ്ട്രീയ സാഹചര്യത്തിൽ ഏറെ

പ്രസക്തിയുണ്ട്. നവീകരിച്ച ഈ പതിപ്പിന് വേണ്ടി ഡോ.പി. ശിവപ്രസാദ് എഴുതിയ അവതാരിക ഇന്ദുലേഖാ നിരൂപണങ്ങളുടെ സമഗ്രമായ ഒരു അവലോകനവും വിലയിരുത്തലുംതന്നെയാണെന്ന് പറയുന്നതിൽ വളരെ സന്തോഷമുണ്ട്. അവ അദ്ദേഹത്തിന്റെ മൗലികങ്ങളായ നിരീക്ഷണങ്ങളും കണ്ടെത്തലുകളുമായി സ്വതന്ത്രരചനയെന്ന നിലയിൽ ത്തന്നെ ഇനിയുള്ള കാലം ഏറെ ചർച്ച ചെയ്യപ്പെട്ടുമെന്നുറപ്പുണ്ട്. അതിന് അവസരമൊരുക്കിയതിന്റെ പേരിൽ 'ഇന്ദുലേഖ വർത്തമാന പാഠങ്ങൾ' അഭിമാനിക്കുന്നു. അത്തരമൊരു ഉത്തരവാദിത്തം വളരെ സന്തോഷപൂർവ്വം സമയബന്ധിതമായി നിറവേറ്റാൻ അദ്ദേഹംപ്രകടിപ്പിച്ച ഊഷ്മളവുംഉദാരവുമായ സാഹോദര്യം ഇന്ദുലേഖാ നോവലിന്റെ വായനാ പാരമ്പര്യത്തെ ഒരിക്കൽക്കൂടി മഹത്വവൽക്കരിക്കുന്നുണ്ട്. നന്ദി.

എം.പി.ബാലറാം

കണ്ണൂർ
10.10.2021

മുഖവുര

പ്രണയം പുസ്തകം ജീവിതം പിന്നെ മരണവും

ഒരു ജീവിതകാലം മുഴുവൻ പിന്തുടരുന്ന പ്രണയം പോലെയാണ് ചില പുസ്തകങ്ങളും. നാല്പത് വർഷം മുമ്പാണ് 'ഇന്ദുലേഖ'യെ ശ്രദ്ധിച്ച് തുടങ്ങിയത്. ഗവേഷണം ചെയ്യാൻ ഡോ. കെ. എൻ എഴുത്തച്ഛനെ സമീപിച്ചു. എം. എൻ വിജയൻ മാഷാണ് അന്നതിന് സഹായിച്ചത്. ഗവേഷണം മാത്രം നടന്നില്ല. താല്പര്യം തുടർന്നു. 'ഇന്ദുലേഖ' തീവ്രബന്ധമായി. അന്നത്തെ സാഹചര്യത്തിൽ (1975) എഴുതി ദേശാഭിമാനിയിൽ പ്രസിദ്ധീകരിച്ച് വന്ന ലേഖനമാണ് 'മുതലാളിത്തത്തിന്റെ ഉദയവും ഇന്ദുലേഖയും'.

പിന്നെയും ഇന്ദുലേഖയെ പിന്തുടർന്നു. എഴുതാൻ കൂട്ടാക്കിയില്ല. തൊണ്ണൂറുകളിൽ സാമൂഹ്യഭാഷാശാസ്ത്രത്തിൽ നിന്ന് കിട്ടിയ വെളിച്ചങ്ങൾ ഉപയോഗിച്ച് എഴുതിയവയാണ് 'ഭാഷണ പാഠ'ങ്ങളിൽ ഉൾപ്പെട്ട ലേഖനങ്ങൾ.

കാലപ്പഴക്കം കൊണ്ട് പ്രേതരൂപം കൈക്കൊള്ളുന്ന പ്രണയം പോലെയാണ് ചില പുസ്തകങ്ങളും. ഒഴിവാക്കാൻ ശ്രമിച്ചാലും അത് പിന്തുടരും. ശല്യപ്പെടുത്തും. സ്വസ്ഥതയില്ലാതാക്കും. സൗന്ദര്യത്തിന്റെ പാടുകൾ ബാക്കിയാവാതെ പോയ്മറയും. 'മനസ്വിനി'യുടെ മാറിയ മുഖംപോലെ 'കുറ്റങ്ങളും കുറവുകളും' അധികമായി വരും. 'ഒഴിയാബാധ'യായി എപ്പോഴും പിന്തുടരും. ചരിത്രത്തിന്റെ ഒരു നിശ്ചിതപടവിൽ ഏത് 'മഹത്തായ' ആഖ്യാനത്തിനും ഏറ്റുവാങ്ങേണ്ടതുണ്ട്, ഈ ദുരന്തത്തെ.

ആഗോളീകരണം ഇന്ദുലേഖയുടെയും ദുരന്തകാലമാണ്. ഒരു നൂറ്റാണ്ട് മുമ്പത്തെ 'രക്ഷക'വേഷങ്ങളെല്ലാം ഇന്ന് 'രാക്ഷസ'രൂപം

കൈക്കൊണ്ടിരിക്കുന്നു. സൗന്ദര്യത്തിന്റെ പഴയജനനമുദ്രകളെല്ലാം പാപത്തിന്റെ ശപിക്കപ്പെട്ട മറുകുകളായി കാണപ്പെടുന്നു. സാമ്രാജ്യത്വാശ്രിതത്വത്തിന്റെയും ഇംഗ്ലീഷ് വിദ്യാഭ്യാസത്തിന്റെയും പേരിൽ ഇന്ദുലേഖയ്ക്ക് ഇന്ന് ഊറ്റം കൊള്ളാനാവില്ല. ജനവർഗ്ഗങ്ങളുടെ സമ്പത്തിനെയും സംസ്കാരത്തെയും അദ്ധ്വാനത്തെയും രാഷ്ട്രീയത്തെയും ഭാഷയേയുമെല്ലാം കവർന്നെടുത്തും നശിപ്പിച്ചുമാണ് സാമ്രാജ്യത്വ അധിനിവേശം നടപ്പാക്കപ്പെടുന്നത്. മുമ്പത്തെ നിരപരാധിത്വ ഭാവങ്ങളും നിഷ്ക്കളങ്കതാ നാട്യങ്ങളും ഇന്ദുലേഖയ്ക്ക് തുടരാൻ കഴിയാതെ വന്നിരിക്കുന്നു. സാമ്പത്തികവും രാഷ്ട്രീയവുമായ പുതിയ പാഠങ്ങൾ അനിവാര്യങ്ങളായിത്തീരുകയാണ്. അതിന്റെ ഫലമായി ഉണ്ടായതാണ് ആ രണ്ട് വിഭാഗങ്ങളിലുമായി ഉൾപ്പെടുത്തിയ ഈ സമാഹാരത്തിലെ രചനകൾ. സമീപകാലത്ത് എഴുതിയതാണവ.

വ്യത്യസ്തകാലങ്ങളിൽ വ്യത്യസ്ത സാഹചര്യങ്ങളിൽ ഉണ്ടായവയാണ് ഇതിലെ ലേഖനങ്ങൾ എന്നാണ് പറഞ്ഞുവരുന്നത്. അതിനാൽ അതാത് കാലങ്ങളോടും സാഹചര്യങ്ങളോടുമാണ് അത് നീതി പുലർത്തുന്നത്. പ്രണയത്തിന്റെ കാര്യം പറഞ്ഞത് അലങ്കാരത്തോടുള്ള താല്പര്യം കൊണ്ടല്ല. കാലത്തെയും സാഹചര്യത്തെയും മറ്റും കുറ്റപ്പെടുത്തി സ്വന്തം ഉത്തരവാദിത്തത്തിൽ നിന്ന് ഒഴിയാതിരിക്കാനാണ്. അങ്ങേയറ്റം ആർജ്ജവത്വത്തോടെ, പ്രതിബദ്ധതയോടെ, അത്യദ്ധ്വാനം ചെയ്താണ് ഓരോ രചനയും പൂർത്തിയാക്കിയിട്ടുള്ളത്.

ഇന്ദുലേഖയെക്കുറിച്ച് പുതിയ കണ്ടെത്തലുകൾ ഒന്നും, 'വർത്തമാന പാഠങ്ങൾ' അവകാശപ്പെടുന്നില്ല. അരനൂറ്റാണ്ട് കാലമായി പിന്തുടരുന്ന പ്രണയാനുഭവത്തിന്റെ പിൻകുറിപ്പുകളാണെന്ന് തീർച്ചയായും അവകാശപ്പെടും. സാക്ഷികളാരുമില്ല. ഈ രചനകളല്ലാതെ.

(2015 ആഗസ്റ്റ്)

അവതാരിക

ഇന്ദുലേഖയുടെ സാംസ്കാരിക വ്യവഹാരങ്ങൾ

ഡോ. പി. ശിവപ്രസാദ്

ഒരു നൂറ്റാണ്ടുമുമ്പ്, ജനപ്രിയമായ ആംഗലേയ നോവലുകളുടെ മാതൃകയിൽ സ്ത്രീകൾക്ക് വായിച്ചു രസിക്കാനായി ഒ. ചന്തുമേനോൻ രചിച്ച നോവലാണ് ഇന്ദുലേഖ. മലയാളത്തിലെ ലക്ഷണമൊത്ത നോവലായി പില്ക്കാലത്ത് നാം ഇന്ദുലേഖയെ സ്വീകരിച്ചുപോന്നു. ഇന്ദുലേഖ ഇപ്പോഴും സംവാദവിഷയമാവുന്നു എന്നത് ആ നോവലിന്റെ പ്രാധാന്യം വർത്തമാനകാലത്തും തുടരുന്നു എന്നതിന്റെ ലക്ഷണമാണ്. 1889 ൽ പ്രസിദ്ധീകരിക്കപ്പെട്ട ഇന്ദുലേഖയുടെ ആഖ്യാനവും ഉള്ളടക്കവും അതു മുന്നോട്ടുവെക്കുന്ന നിരവധിയായ ആശയഘടകങ്ങളും പലതവണ ചർച്ചയ്ക്കു വിധേയമായതാണ്. ഇന്ദുലേഖ മലയാളത്തിലെ ആദ്യനോവലോ മികച്ച നോവലോ അല്ലെന്ന അഭിപ്രായക്കാരനാണ് മലയാളത്തിലെ ആദ്യകാല നിരൂപകനായ സി. പി. അച്യുതമേനോൻ. എന്നാൽ ഇന്ദുലേഖയെപ്പോലൊരു കഥാപാത്രം മലയാളത്തിൽ പിന്നീടിതുവരെ ഉണ്ടായിട്ടില്ല എന്നുമാത്രമല്ല, ഇനി ഒരു നൂറ്റാണ്ടിനകത്ത് ഉണ്ടാവാൻ പോകുന്നില്ലെന്നും അദ്ദേഹം വിശ്വസിച്ചു. ഭാവികാലത്തിലേക്ക് നീളുന്ന കാഴ്ചയായിരുന്നു സി. പി. അച്യുതമേനോന്റേത് എന്ന് ഇന്നു നാം തിരിച്ചറിയുന്നു. ഇന്ദുലേഖയെ ഒരു നോവൽ എന്ന നിലയിൽ മഹത്തായ കലാസൃഷ്ടിയായി കണ്ടവരുണ്ട്. പി. കെ. ബാലകൃഷ്ണൻ മുതലിങ്ങോട്ടുള്ള വിമർശകരുടെയെല്ലാം അഭിപ്രായം അങ്ങനെയാണ്. ചന്തുമേനോനന്റെയുള്ളിലെ ജീനിയസ്സ് വിഷനാണ് ഇന്ദുലേഖയുടെ നിർമ്മാണത്തിൽ പ്രവർത്തിച്ചത് എന്ന് അദ്ദേഹം കരുതി. ഡോ. കെ. എം. തരകന് ഇന്ദുലേഖ ഒരു ഗദ്യകാവ്യമാണ്. അവഗാഢമായ

മനുഷ്യജ്ഞാനത്തിൽനിന്നും ഖനനം ചെയ്തെടുത്ത ധാതുദ്രവ്യത്തെ ഔചിത്യബോധത്തിന്റെ അഗ്നിയിൽ ഉരുക്കി, ഭാവനയൊരുക്കിയ ശില്പത്തിൽ ഒഴിച്ചുവാർത്തെടുത്ത മനോഹര ഗദ്യകാവ്യമെന്നാണ് അദ്ദേഹം ഇന്ദുലേഖയെ വിശേഷിപ്പിച്ചത്. അതേസമയം ആഖ്യാനരൂപ മെന്ന നിലയിൽ പരാജയപ്പെട്ട നോവലാണ് ഇന്ദുലേഖയെന്ന് വിധിയെ ഴുതിയവരുമുണ്ട്. പതിനെട്ടാമദ്ധ്യായത്തെക്കുറിച്ചുള്ള ചർച്ചയിൽ എം. പി. പോൾ ഇക്കാര്യം ചൂണ്ടിക്കാട്ടുന്നു. പതിനെട്ടാമദ്ധ്യായത്തിൽ മാത്ര മല്ല നോവലിലുടനീളം അനൗചിത്യം കാണുന്നവരുമുണ്ട്. ബെഞ്ചമിൻ ഡിസ്രായേലി എന്ന ആംഗലേയ എഴുത്തുകാരന്റെ നോവലിനെ മാതൃകയാക്കിയാണല്ലോ ചന്തുമേനോൻ ഇന്ദുലേഖ എഴുതിയത്. അതു കൊണ്ടുതന്നെ ആംഗലേയ സാഹിത്യത്തിൽ രണ്ടാംകിട എഴുത്തുകാ രുടെ കൂട്ടത്തിൽ പെടുന്ന ഡിസ്രായേലിയെ മാതൃകയാക്കിയതിനാൽ ദയനീയമാം വിധം മുരടിച്ചുപോയ നോവലാണ് ഇന്ദുലേഖയെന്ന് വി. സി. ശ്രീജൻ കരുതുന്നു.

ഇതൊക്കെയാണെങ്കിലും നവോത്ഥാന ആശയങ്ങൾ സമർത്ഥ മായി സന്നിവേശിപ്പിച്ച നോവലാണ് ഇന്ദുലേഖയെന്ന കാര്യത്തിൽ ആർക്കും തർക്കമില്ല. നൂറ്റാണ്ടുകളായി പിന്തുടർന്ന നമ്പൂതിരിമേധാവി ത്വത്തെ ആദ്യമായി ചോദ്യം ചെയ്ത സാഹിത്യകൃതിയാണ് ഇന്ദുലേഖ. അതിനുപുറമേ, കേരളത്തിലെ തകരുന്ന ഫ്യൂഡലിസത്തെയും ഉയരുന്ന മുതലാളിത്തത്തെയും തുറന്നു കാണിച്ച കൃതി, വിദ്യാഭ്യാസത്തിലൂടെ സ്വതന്ത്രരാവാൻ ആഹ്വാനം ചെയ്യുന്ന കൃതി, സ്ത്രീയുടെ അന്തസ്സിനെ ഉയർത്തിപ്പിടിച്ച കൃതി, മരുമക്കത്തായത്തെ എതിർക്കുകയും മക്കത്താ യത്തെ പ്രോത്സാഹിപ്പിക്കുകയും ചെയ്ത കൃതി, ഇംഗ്ലീഷ് വിദ്യാഭ്യാസ ത്തിലൂടെ ലോകവിജ്ഞാനത്തിലേക്ക് മലയാളിയെ കൊണ്ടുപോകാൻ പ്രേരിപ്പിക്കുന്ന കൃതി, കേരളീയരെ ഭാരതപര്യടനം നടത്താൻ പ്രേരിപ്പി ച്ച കൃതി, സർവ്വോപരി കേരളത്തിന്റെ സാമൂഹിക നവോത്ഥാനത്തിന് വഴിവിളക്കായി മാറിയ കൃതി എന്നിങ്ങനെ ഒട്ടനവധി വിശേഷണങ്ങൾ ഇന്ദുലേഖയ്ക്ക് ലഭിച്ചിട്ടുണ്ട്. ഈ വിശേഷണങ്ങളെല്ലാംതന്നെ ഇന്ദുലേഖ അർഹിക്കുന്നുണ്ട് എന്ന കാര്യത്തിൽ സംശയമില്ല

ഇന്ദുലേഖ മുന്നോട്ടുവെക്കുന്ന സാംസ്കാരിക രാഷ്ട്രീയ പ്രത്യയശാ സ്ത്രങ്ങളെക്കുറിച്ചാണ് ഈ അടുത്ത കാലത്ത് കൂടുതൽ സംവാദങ്ങൾ നടന്നത്. അനേകം നവോത്ഥാന ആശയങ്ങൾ പങ്കുവെക്കുന്ന നോവലാണ് ഇന്ദുലേഖയെന്ന്പി. കെ. ബാലകൃഷ്ണൻ സമ്മതിക്കുന്നുണ്ട്. പക്ഷേ നോവലിലെ നവോത്ഥാനാശയങ്ങളോട് അത് രചിക്കപ്പെട്ട കാലത്തെ നിജസ്ഥിതിയും നോവലിസ്റ്റിന്റെ മനോഭാവവും പൊരുത്ത പ്പെടുന്നില്ല എന്ന് അദ്ദേഹം നിരീക്ഷിക്കുന്നുണ്ട്. പുരുഷൻമാരെപ്പോലെ

തന്നെ സ്ത്രീകളെയും വിദ്യാഭ്യാസം ചെയ്യിക്കുക എന്ന ഒറ്റ ലക്ഷ്യം മാത്രമേ ഈ നോവലെഴുതുവാൻ തന്നെ പ്രേരിപ്പിച്ചിട്ടുള്ളൂ എന്ന് ചന്തുമനോൻ പറഞ്ഞിട്ടുണ്ട്. എന്നാൽ കൃതി രചിക്കുന്ന കാലത്ത് മലബാറിൽ ഇംഗ്ലീഷറിയുന്ന പുരുഷൻമാർ പോലും വിരളമായിരുന്നു എന്ന് അദ്ദേഹം ഔദ്യോഗിക രേഖകളുടെ അടിസ്ഥാനത്തിൽ സൂചിപ്പിക്കുന്നു. അതുപോലെ മരുമക്കത്തായം, സംബന്ധം തുടങ്ങിയ സമ്പ്രദായങ്ങളോട് ചന്തുമേനോന് കടുത്ത വിയോജിപ്പാണുണ്ടായിരുന്നത് എന്ന് നോവൽ വായിക്കുന്ന ആർക്കും മനസ്സിലാവും. അതേസമയം ഈ സമ്പ്രദായങ്ങൾ നിയമം മൂലം നിയന്ത്രിക്കാൻ ബ്രിട്ടീഷുകാർ തയ്യാറായപ്പോൾ ചന്തുമേനോൻ സഹകരിച്ചില്ല എന്നും പി. കെ. ബാലകൃഷ്ണൻ ചൂണ്ടിക്കാട്ടുന്നുണ്ട്. അതായത് 1896 ൽ പുറത്തിറങ്ങിയ മലബാർ മാര്യേജ് ആക്റ്റ് സംബന്ധസമ്പ്രദായത്തെ നിയമം മുഖേന നിയന്ത്രിക്കാൻ പര്യാപ്തമായിരുന്നു. ഈ നിയമത്തിനാധാരമായ മലബാർ മാര്യേജ് കമ്മീഷൻ റിപ്പോർട്ട് തയ്യാറാക്കിയ കമ്മറ്റിയിൽ ചന്തുമേനോൻ അംഗമായിരുന്നു. എന്നാൽ ഈ റിപ്പോർട്ടിൽ മലബാർ മാര്യേജ് ആക്റ്റിനെതിരെ അഭിപ്രായം രേഖപ്പെടുത്തിയത് ചന്തുമേനോൻ മാത്രമായിരുന്നു. അങ്ങനെ വരുമ്പോൾ തന്റെ നോവലിൽ ഏത് സമ്പ്രദായത്തെയാണോ കഠിനമായി എതിർത്തത് ആ സമ്പ്രദായത്തെ നിയമംമൂലം നിരോധിക്കാൻ അവസരം വന്നപ്പോൾ ചന്തുമേനോൻ പിന്തുണച്ചില്ല എന്ന് കാണാം. ചന്തുമേനോന്റെ നോവൽ മുന്നോട്ടുവെക്കുന്ന ആശയവും അദ്ദേഹം ജീവിതത്തിൽ സ്വീകരിച്ച ആശയവും രണ്ടായിരുന്നു എന്ന് ഇതിൽനിന്നും വ്യക്തമാണ്. അതുകൊണ്ടാണ്, തന്റെ എഴുത്തിലൂടെ പാരമ്പര്യത്തിന്റെയും യാഥാസ്ഥിതികത്വത്തിന്റെയും കുടുമ മുറിക്കാൻ സാഹസപ്പെട്ടുമ്പോഴും ചന്തുമേനോന്റെ ശിരസ്സിൽ കുടുമയുണ്ടായിരുന്നു എന്ന് പി. കെ. ബാലകൃഷ്ണൻ പറഞ്ഞത്. ചന്തുമേനോൻ എന്ന എഴുത്തുകാരനെ അദ്ദേഹം ഇവിടെ കുറ്റപ്പെടുത്തുകയല്ല. പകരം ഒരു വ്യക്തിയും ഒരു ജീനിയസ്സും തമ്മിലുള്ള വ്യത്യാസം ചന്തുമേനോനെ മുൻനിർത്തി സ്ഥാപിക്കുകയാണ്. ചന്തുമേനോൻ എന്ന വ്യക്തിയേക്കാൾ ചന്തുമേനോൻ എന്ന എഴുത്തുകാരൻ എങ്ങനെ മുന്നിൽനിൽക്കുന്നു എന്ന് ഈ കാര്യങ്ങൾ വിശദീകരിച്ച് അദ്ദേഹം പറയുന്നു.

ഇന്ദുലേഖ പ്രസിദ്ധീകരിച്ച കാലം മുതൽ ഇന്നേവരെ ഈ നോവലിന് അനുകൂലമായും പ്രതികൂലമായും അനേകം പഠനങ്ങളുണ്ടായിട്ടുണ്ട്. എന്നാൽ കഴിഞ്ഞ നാലു പതിറ്റാണ്ടിലേറെയായി ഇന്ദുലേഖയെ വിടാതെ പിന്തുടരുന്ന ഒരു സാഹിത്യവിമർശകനുണ്ടെങ്കിൽ അത് എം. പി. ബാലറാം മാത്രമാണ്. മലയാളിയുടെ ചിന്താമണ്ഡലത്തിൽ ആധുനികാനന്തര ചിന്താപദ്ധതികളുടെ വെളിച്ചത്തിൽ അദ്ദേഹം ഇന്ദുലേഖയെ

നിരന്തരം നീക്കിനിർത്തി. മുതലാളിത്ത പ്രത്യയശാസ്ത്രം ഇന്ദുലേഖയുടെ ഉള്ളടക്കത്തെ എങ്ങനെയെല്ലാം ചലിപ്പിക്കുന്നു എന്ന് ബാലറാം പരിശോധിക്കുന്നത് 1975 ലാണ്. ഇന്ദുലേഖയെ കലാത്മകമായി മാത്രം സമീപിച്ച വിമർശനപാരമ്പര്യത്തിൽനിന്നും വേറിട്ടു നിൽക്കുന്ന വായനയായിരുന്നു അത്. തുടർന്ന് പലപ്പോഴായി പല മാനദണ്ഡങ്ങളുപയോഗിച്ച് അദ്ദേഹം ഇന്ദുലേഖയെ സമീപിച്ചു. ബാലറാമിന്റെ ഇന്ദുലേഖാ വായനകൾ മുഴുവൻ ചേർത്ത് 'ഇന്ദുലേഖ വർത്തമാന പാഠങ്ങൾ' എന്ന ശീർഷകത്തിൽ പുസ്തകരൂപത്തിൽ പ്രസിദ്ധീകരിക്കുന്നത് 2015 ലാണ്. ഈ പുസ്തകത്തിലെ ശീർഷകം സൂചിപ്പിക്കുന്നതുപോലെതന്നെ ബാലറാമിന്റെ അന്വേഷണങ്ങൾക്ക് വർത്തമാനകാലത്ത് പ്രസക്തി വർദ്ധിച്ചുവരികയാണ്.

ഇന്ദുലേഖയെ സവിശേഷമായ ഒരു സാഹിത്യകൃതി എന്ന നിലയിലല്ല ബാലറാം പരിഗണിക്കുന്നത്. പകരം പത്തൊമ്പതാം നൂറ്റാണ്ടിലെ സാംസ്കാരിക ചരിത്രത്തിന്റെ സൃഷ്ടിയായിട്ടാണ്.` അതുകൊണ്ടാണ് നോവലുമായി ഒരുതരത്തിലും ബന്ധപ്പെടാത്ത ഹെർമ്മൻ ഗുണ്ടർട്ടിനെയും വില്യം ലോഗനെയും അദ്ദേഹം തന്റെ ഇന്ദുലേഖാ വായനയുടെ മുന്നിൽ കൊണ്ടു നിർത്തുന്നത്. ഹെർമൻ ഗുണ്ടർട്ടും വില്യം ലോഗനും ചന്തുമേനോനും പത്തൊമ്പതാം നൂറ്റാണ്ടിന്റെ സാംസ്കാരിക മുന്നേറ്റത്തിന്റെ പ്രതിനിധികളായി കാണണമെന്ന ബാലറാമിന്റെ നിരീക്ഷണം ഇവിടെ പരിശോധനാവിഷയമാണ്. ബാലറാം നിരീക്ഷിക്കുന്നതുപോലെ വരമൊഴിയെ വിട്ട് വാമൊഴിയെ ശ്രദ്ധിച്ചു എന്നത് ഗുണ്ടർട്ടിന്റെ സവിശേഷമായ മനോഭാവത്തെ മനസ്സിലാക്കാൻ സഹായകമാണ്. ഒരു ഭാഷാശാസ്ത്രകാരനെന്ന നിലയിൽ ഗുണ്ടർട്ടിന്റെ അന്വേഷണങ്ങൾക്ക് ഭാഷയിൽനിന്ന് വേറിട്ട മറ്റെന്തെങ്കിലും ഉദ്ദ്യേശ്യമുണ്ടായിരുന്നോ എന്ന ആലോചന ബാലറാമിനെ പത്തൊമ്പതാം നൂറ്റാണ്ടിന്റെ നവോത്ഥാന പരിസരത്തേക്ക് കൊണ്ടെത്തിക്കുന്നു. മുതലാളിത്തത്തിന്റെ ഭാഗമായുണ്ടായ ജനാധിപത്യത്തിന്റെ അപകടങ്ങൾ മൂന്നാം ലോകരാജ്യങ്ങളിലുണ്ടാക്കാനിടയുള്ള പ്രശ്നങ്ങളെക്കുറിച്ച് ലോഗൻ ബോധവാനായിരുന്നു എന്നാണ് ബാലറാമിന്റെ മറ്റൊരു നിരീക്ഷണം. ഗുണ്ടർട്ടിനെപ്പോലെ ലോഗനും തന്റെ കാലഘട്ടത്തിലെ പുരോഗമനപരമായ മാറ്റത്തെ മനസ്സിലാക്കിയിരുന്നു എന്ന കണ്ടെത്തലിൽനിന്ന് അദ്ദേഹം നേരെ ചന്തുമേനോനിലേക്ക് പോവുന്നു. ജന്മിത്ത വ്യവസ്ഥയിൽനിന്നും കേരളം പതുക്കെ മാറുന്നത് രേഖപ്പെടുത്തുകയായിരുന്നു വാസ്തവത്തിൽ ഇന്ദുലേഖയിലൂടെ ചന്തുമേനോൻ ചെയ്തത്. അതായത് ഗുണ്ടർട്ട് ഭാഷയിലും ലോഗൻ നിയമത്തിലും ചെയ്തത് ചന്തുമേനോൻ നോവലിലും ചെയ്തു എന്നർത്ഥം. അപ്പോൾ

ഇവർ മൂവരും പത്തൊമ്പതാം നൂറ്റാണ്ടിൽനിന്നും കേരളീയ സമൂഹത്തെ ഇരുപതാം നൂറ്റാണ്ടിലേക്ക് പറിച്ചു നടുവാനായി വ്യത്യസ്ത വഴികളിലൂടെ ശ്രമിച്ചവരാണെന്ന് വരുന്നു. സാഹിത്യത്തെ മറ്റ് വ്യവഹാര രൂപങ്ങളുടെ ഉദ്ദേശ്യലക്ഷ്യങ്ങളുമായി ചേർത്തു വായിക്കുകയാണ് ഇവിടെ എം. പി. ബാലറാം.

സമാന്തരമായ രണ്ട് സാംസ്കാരികാധിനിവേശങ്ങൾ തമ്മിൽ തർക്കത്തിലേർപ്പെടുന്ന നോവലാണ് ഇന്ദുലേഖ എന്ന് നമുക്കിപ്പോൾ ബോധ്യമുണ്ട്. ആര്യാധിനിവേശവും ബ്രിട്ടീഷധിനിവേശവുമാണ് ഇവിടെ ഏറ്റുമുട്ടുന്നത്. ഈ രണ്ട് അധിനിവേശങ്ങളോടുമുള്ള ചന്തുമേനോന്റെ സമീപനം വ്യത്യസ്തമായിരുന്നു. ആര്യാധിനിവേശത്തിന്റെ കേരളീയസമ്പ്രദായങ്ങളെ നിശിതമായി വിമർശിക്കുന്ന നോവലിസ്റ്റ് പക്ഷേ, ബ്രിട്ടീഷധിനിവേശത്തെ സർവ്വാത്മനാ സ്വാഗതം ചെയ്യുന്നു. ആര്യാധിനിവേശവും ബ്രിട്ടീഷധിനിവേശവും കേരളീയസംസ്കാരത്തെ എങ്ങനെയൊക്കെ ബാധിച്ചു എന്ന വിഷയത്തിൽ ഇതിനകം ഒട്ടനവധി പഠനങ്ങൾ നടന്നിട്ടുണ്ട്. ആര്യാധിനിവേശത്തിന്റെ ജീർണ്ണതകളെ എതിർക്കാൻ ആംഗലേയാധിനിവേശത്തെ സ്വാഗതം ചെയ്യാനും ചന്തുമേനോൻ തയ്യാറായി. പതിനെട്ടാമദ്ധ്യായത്തിലെ ചർച്ച ആത്യന്തികമായി മുന്നോട്ടുവെക്കുന്നത് ഇതാണല്ലോ. മറ്റൊരർത്ഥത്തിൽ പറഞ്ഞാൽ പതിനെട്ടാമദ്ധ്യായത്തിലെ ആശയങ്ങൾ കഥാത്മകമായി അവതരിപ്പിക്കാനാണ് അദ്ദേഹം തന്റെ നോവലിൽ തുടക്കംതൊട്ടേ ശ്രമിച്ചത് എന്നുവേണം കരുതാൻ. പതിനെട്ടാമദ്ധ്യായത്തിൽ ഉയർന്നുകേൾക്കുന്ന ആശയങ്ങൾ മുതലാളിത്തത്തിന്റെ അധിനിവേശവുമായി ബന്ധപ്പെട്ടാണ് ബാലറാം വായിക്കുന്നത്. പതിനെട്ടാമദ്ധ്യായത്തെ നോവലിസ്റ്റിന്റെ കലാപരമായ ശ്രദ്ധക്കുറവായി കണ്ടവരുണ്ട്. അതേസമയം ആ അദ്ധ്യായം നോവലിസ്റ്റിന്റെ രാഷ്ട്രീയമായ അതിശ്രദ്ധയിൽനിന്നുണ്ടായതാണെന്ന് കരുതുന്നവരുമുണ്ട്. എന്നാൽ എം. പി. ബാലറാമിന്റെ പക്ഷത്തിൽ അത് സാമ്രാജ്യത്വത്തിന്റെ അധിനിവേശ രാഷ്ട്രീയത്തെക്കുറിച്ചുള്ള നോവലിസ്റ്റിന്റെ അജ്ഞതയിൽനിന്നുണ്ടായതാണ്. അധിനിവേശം അത് ഭാരതീയമായതാലും വൈദേശികമായതാലും എതിർക്കപ്പെടേണ്ടതാണെന്ന ബോധ്യം ചന്തുമേനോനില്ലായിരുന്നു എന്ന യാഥാർത്ഥ്യത്തെ ബാലറാം ഈ സന്ദർഭത്തിൽ സ്പർശിക്കുന്നു. ജന്മിത്ത വ്യവസ്ഥയിലെ അധികാരരൂപത്തെ ക്ലാസ്സിക്കൽ മാർക്സിയൻ പദാവലികളുപയോഗിച്ച് സമീപിക്കാനാണ് ബാലറാം ശ്രമിക്കുന്നത്. ജന്മിത്ത വ്യവസ്ഥയെ പ്രാങ് മുതലാളിത്തമെന്നും ബ്രിട്ടീഷധിനിവേശത്തെ ബൂർഷ്വാമുതലാളിത്തമെന്നും അദ്ദേഹം പേരിട്ടുവതരിപ്പിക്കുന്നു. അങ്ങനെ പ്രാങ്മുതലാളിത്തത്തിൽനിന്നും ബൂർഷ്വാമുതലാളിത്തത്തിലെക്കുള്ള തകിടം

മറിച്ചിലാണ് ഇന്ദുലേഖയിൽ കാണാൻ കഴിയുക എന്ന ചിന്തയിലേക്ക് അദ്ദേഹം പോവുന്നു. ഇതിൽ ബൂർഷ്വാമുതലാളിത്തത്തെയാണ് ചന്തുമേനോൻ സ്വാഗതം ചെയ്തത്. അതിനാൽ ബൂർഷ്വാ മുതലാളിത്തത്തിന്റെ ആശ്രിതനായി മാറിയ ഈ എഴുത്തുകാരൻ കലാപരമായി ആ ആശ്രിതത്വം പ്രകടിപ്പിച്ചപ്പോഴുണ്ടായ നോവലാണ് ഇന്ദുലേഖ എന്നുവരുന്നു. ബാലറാമിന്റെ ഈ വീക്ഷണം കൂടുതൽ പരിശോധനയ്ക്ക് വിധേയമാവേണ്ടതുണ്ട്. പില്ലാലത്ത് എസ്. സുധീഷ് ഇതേ കാര്യം പറങ്ങോടീപരിണയവുമായി ഇന്ദുലേഖയെ താരതമ്യം ചെയ്യുമ്പോൾ സൂചിപ്പിക്കുന്നുണ്ട്. അദ്ദേഹത്തിന്റെ പക്ഷത്തിൽ സാമ്രാജ്യത്വത്തിന്റെ അപകടത്തെ പറങ്ങോടീപരിയണത്തിന്റെ കർത്താവായ കിഴക്കേപ്പാട്ട് രാമുണ്ണിമേനോൻ തിരിച്ചറിഞ്ഞതുപോലെ ചന്തുമേനോൻ തിരിച്ചറിഞ്ഞിരുന്നില്ല.

ചന്തുമേനോന്റെ മുതലാളിത്ത വിധേയത്വം വ്യക്തമാക്കാൻ ബാലറാം കൃതിയിൽനിന്നും കൂടുതൽ തെളിവുകൾ കൊണ്ടുവരുന്നുണ്ട്. ഇന്ദുലേഖയിൽ ആവർത്തിച്ച് കടന്നുവരുന്ന പണവുമായി ബന്ധപ്പെട്ട പരാമർശങ്ങളിൽ മുതലാളിത്തത്തിന്റെ സാമ്പത്തികശാസ്ത്രമാണ് പ്രവർത്തിക്കുന്നത് എന്ന് അദ്ദേഹം കണ്ടെത്തുന്നു. പണത്തിന്റെ പേരിലാണ് നോവലിലെ മിക്ക സംഭവങ്ങളും അരങ്ങേറുന്നത്. നാടുവാഴിത്ത കാലത്തെ പണത്തിന്റെ ഉറവിടവും വിപണനവും നോവലിൽ വിമർശനവിധേയമാവുമ്പോൾ മുതലാളിത്തകാലത്തെ സാമ്പത്തിക ഇടപാടുകൾക്ക് മാന്യതയുടെ മുഖം കൈവരുന്നു. നോവലിൽ സ്വാഭാവികമായും കടന്നുവരുന്ന ഇത്തരം സാമ്പത്തിക സൂചനകൾക്ക് പിന്നിൽ മുതലാളിത്ത പ്രത്യയശാസ്ത്രം കണ്ടെത്തുന്ന ബാലറാം അതിന്റെ പേരിൽ കൃതിയെ വിമർശനവിധേയമാക്കുന്നു. അതേസമയം ജന്മിത്തവ്യവസ്ഥയുടെ (ബാലറാമിന്റെ ഭാഷയിൽ പ്രാങ്മുതലാളിത്തത്തിന്റെ) അധിനിവേശപ്രത്യയശാസ്ത്രത്തെ സമർത്ഥമായി നേരിടുന്ന കഥാസന്ദർഭങ്ങളും കഥാപാത്രങ്ങളും സംഭാഷങ്ങളും ബാലറാം പരിശോധിക്കുന്നുണ്ട്. സാമൂഹിക ഭാഷാശാസ്ത്രത്തിന്റെ സാധ്യതകളുപയോഗിച്ചാണ് അദ്ദേഹം ഇത് ചെയ്യുന്നത്. ഇന്ദുലേഖയിലെ സംഭാഷണങ്ങളെ ബാലറാം സമീപിക്കുന്നത് നോക്കുക. കഥാപാത്രങ്ങളുടെ ഭാഷണത്തിൽ അധികാരഘടനകൾ എങ്ങനെയാണ് ഒളിഞ്ഞിരിക്കുന്നത് എന്ന ബാലറാമിന്റെ അന്വേഷണം ഇന്ദുലേഖയെ സംബന്ധിച്ച് വളരെ പ്രധാനമാണ്. കാരണം ഇന്ദുലേഖ പൊതുവെ സംഭാഷണപ്രധാനമായ നോവലാണ്. നോവൽ ആരംഭിക്കുന്നത് തന്നെ സംഭാഷണങ്ങളിലൂടെയാണ്. ഓരോ കഥാപാത്രവും സംഭാഷണത്തിനായി ഉപയോഗിക്കുന്ന ഭാഷയിൽ ആന്തരികമായി സംഭവിക്കുന്ന വ്യതിയാനങ്ങളാണ് ബാലറാം സൂക്ഷ്മമായി പിടിച്ചെടുക്കുന്നത്. സൂരിനമ്പൂതിരിപ്പാടും ഇന്ദുലേഖയുമായുള്ള

സംഭാഷണത്തിൽ അധികാരത്തിന്റെയും അതിനെ പ്രതിരോധിക്കുന്ന പ്രതിഷേധത്തിന്റെയും ധ്വനികൾ അദ്ദേഹം കണ്ടെത്തുന്നു. പതിനട്ടാമദ്ധ്യായത്തിലെ സംവാദം അനേകം ധ്വനികളുൾക്കൊള്ളുന്ന മറ്റൊരു സന്ദർഭമാണ്. ഇത്തരം ഭാഷണഘടകങ്ങളെ സാമൂഹിക ഭാഷാശാസ്ത്രത്തിന്റെ ഉൾക്കാഴ്ച്ചകളുപയോഗിച്ച് അധിനിവേശ പ്രത്യയശാസ്ത്രത്തിനെതിരെയുള്ള പ്രതിരോധമെന്ന നിലയിൽ അദ്ദേഹം വിശകലനം ചെയ്യുന്നു.

ഭാഷണഘടകങ്ങൾ മാത്രമല്ല, ആചാരഭാഷയുടെ പരിധിയിൽ വരുന്ന മിക്ക പ്രയോഗങ്ങളും ഇന്ദുലേഖയിലെ സാംസ്കാരികാധിനിവേശത്തിന്റെ സൂചകങ്ങളായി കാണേണ്ടിവരും. ഭാഷയിലെ സർവ്വനാമങ്ങൾ അധികാരത്തിന്റെ സൂചകങ്ങളായി മാറുന്നതെങ്ങനെയെന്ന് ഇന്ദുലേഖയെ മുൻനിർത്തി പരിശോധിക്കുമ്പോൾ ബാലറാം പിന്തുടരുന്നത് ആചാരഭാഷയുടെ സാംസ്കാരികസ്വത്വമാണ്. ആചാരഭാഷകൾ നാടുവാഴിത്തത്തിന്റെ സംഭാവനകളാണെന്ന് നമുക്കറിയാം. ആചാരഭാഷയിൽ സർവ്വനാമങ്ങൾക്ക് സുപ്രധാനമായ പങ്കുണ്ട്. വ്യക്തിയുടെയും സമൂഹത്തിന്റെയും അബോധപ്രേരണകൾ സർവ്വനാമത്തിന്റെ തെരഞ്ഞെടുപ്പിലും പ്രയോഗത്തിലും കാണാൻ കഴിയും. ഞാൻ, നാം, അടിയൻ എന്നിങ്ങനെ ഉത്തമപുരുഷ സർവ്വനാമത്തിന്റെ വകഭേദം ഫ്യൂഡൽകാലത്തിന്റെ അധികാരശ്രേണീബന്ധത്തെയാണ് കാണിക്കുന്നത്. ഇന്ദുലേഖയിൽ ഈ ശ്രേണീബന്ധം എങ്ങനെയൊക്കെ പരിപാലിക്കപ്പെടുന്നു എന്നും അവയ്ക്കെതിരായുള്ള പ്രതികരണം എങ്ങനെയൊക്കെ നോവലിൽ കടന്നുവരുന്നു എന്നുമാണ് ബാലറാം അന്വേഷിക്കുന്നത്. സൂരിനമ്പൂതിരിപ്പാടുമായുള്ള ഇന്ദുലേഖയുടെ സംഭാഷണത്തിനിടയിലാണ് ആചാരഭാഷയെ തകർക്കുന്ന പ്രയോഗങ്ങൾ ചന്തുമേനോൻ കൊണ്ടുവരുന്നത്.

രണ്ട് സാംസ്കാരികാധിനിവേശങ്ങൾക്കിടയിൽ മുഖം നഷ്ടപ്പെട്ടുപോവുന്ന ഒരു തലമുറയുടെ വ്യവഹാരരൂപങ്ങൾ ഇന്ദുലേഖയിൽ സുലഭമായി കാണാം. ഉപരിവർഗ്ഗത്തിനും താഴ്ന്നവർഗ്ഗത്തിനും ഇടയിലാണ് ആ തലമുറയുള്ളത്. വരേണ്യസമൂഹത്തെയും ദളിത് സമൂഹത്തെയും ചന്തുമേനോൻ പ്രതിനിധാനം ചെയ്യുന്നില്ല. ഇതിനിടയിലെ മധ്യവർഗ്ഗത്തിന്റെ പ്രശ്നങ്ങളാണ് അദ്ദേഹത്തെ അലട്ടിയത്. അതുകൊണ്ടാണ് ഇന്ദുലേഖയെ മധ്യമവർഗ്ഗസംസ്കാരത്തിന്റെ ഉയിർത്തെഴുന്നേൽപുമായി ബന്ധപ്പെട്ട് ബാലറാം പരിശോധിക്കുന്നത്. പഴയ വിശ്വാസങ്ങളും ആചാരങ്ങളും കൈവിടാൻ മടിക്കുകയും പുതിയതെല്ലാം കൈയിലൊതുക്കാൻ ശ്രമിക്കുകയും ചെയ്യുന്ന മധ്യവർഗ്ഗ സംസ്കാരത്തിന്റെ താല്പര്യങ്ങളാണ് ഇന്ദുലേഖ സംരക്ഷിക്കുന്നത്. കുടുംബബന്ധങ്ങൾ, വാർത്താവിനിമയം,

സാമ്പത്തിക വിനിമയങ്ങൾ, ഭക്ഷണശീലങ്ങൾ എന്നിങ്ങനെ നിരവധി വിഷയങ്ങളിൽ പഴയതും പുതിയതുമായ താല്പര്യങ്ങളുടെ സംഘട്ടനം ഇന്ദുലേഖയിൽനിന്നും അദ്ദേഹം കണ്ടെത്തുന്നു.

ലളിതമായ ഇതിവൃത്തം കൊണ്ടും സുതാര്യമായ ആഖ്യാനംകൊണ്ടും ഏറെ ജനപ്രിയമായ നോവലാണ് ഇന്ദുലേഖ. അങ്ങനെയുള്ള ഈ നോവലിൽ രണ്ടു നൂറ്റാണ്ടുകൾക്കിടയിൽ കേരളത്തിൽ സംഭവിച്ച സമഗ്രമായ പരിവർത്തനത്തിന്റെ ബ്ലൂപ്രിന്റ് കണ്ടെത്താനുള്ള ശ്രമമാണ് വാസ്തവത്തിൽ ഇത്തരം അന്വേഷണങ്ങളിലൂടെ എം. പി. ബാലറാം നടത്തുന്നത്. അതിനായി പരമ്പരാഗതമായ നോവൽ പഠനങ്ങളുടെ ശീലങ്ങളെല്ലാം അദ്ദേഹം ഉപേക്ഷിക്കുന്നു. സാഹിത്യപഠനം ചരിത്രപഠനമായും സാമ്പത്തികപഠനമായും രാഷ്ട്രീയപഠനമായും സർവ്വോപരി സംസ്കാരപഠനമായും മാറുന്ന അനുഭവമാണ് ബാലറാമിന്റെ ഈ പുസ്തകത്തിലുള്ളത്. സാഹിത്യത്തെ സാഹിത്യമാക്കുന്ന കലാഘടകങ്ങളെക്കുറിച്ച് ഈ പഠനത്തിൽ യാതൊന്നും അന്വേഷിക്കുന്നില്ല. അത്തരത്തിലുള്ള അന്വേഷണത്തിൽ ബാലറാമിന് താല്പര്യവുമില്ല. പുരോഗമന സ്വഭാവമുള്ള രാഷ്ട്രീയബോധ്യങ്ങളാണ് തന്റെ മറ്റ് പുസ്തകങ്ങളിലെന്നപോലെ ഇവിടെയും അദ്ദേഹത്തെ നയിക്കുന്നത്. എങ്കിലും ബാലറാമിന്റെ രാഷട്രീയബോധ്യങ്ങളുമായി ബന്ധം പുലർത്താൻ കഴിയാത്തവർക്കുപോലും അദ്ദേഹത്തിന്റെ വിശകലനരീതി അവഗണിക്കാൻ സാധിക്കില്ല. ഇന്ദുലേഖ വായിക്കാനെടുക്കുന്ന വരും തലമുറയിലെ വായനക്കാർക്ക് ബാലറാമിന്റെ ചിന്തകൾ തുറന്നിടുന്ന ആശയങ്ങളിൽനിന്ന് ഒഴിഞ്ഞു നിൽക്കാനും സാധിക്കില്ല. കാരണം ഒരു പഠനമെഴുതാൻ വേണ്ടിയോ കുട്ടികളെ ക്ലാസ്സിൽ പഠിപ്പിക്കാൻ വേണ്ടിയോ പൊതുവേദിയിൽ പ്രസംഗിക്കാൻ വേണ്ടിയോ അല്ല ബാലറാം ഇന്ദുലേഖയെ നിരന്തരമായി പിന്തുടർന്നത്. മറിച്ച് തന്റെ കാലഘട്ടത്തിന്റെ സാംസ്കാരികമായ ആവശ്യം എന്ന നിലയിലാണ്. അതുകൊണ്ടുതന്നെ ചന്തുമേനോന്റെ ഇന്ദുലേഖയോടൊപ്പം എം. പി. ബാലറാമിന്റെ ഇന്ദുലേഖാ പഠനവും നമ്മുടെ സാംസ്കാരിക ജീവിതത്തിന്റെ ഭാഗമായി മാറിക്കഴിഞ്ഞു. വർത്തമാന കാലത്തിന്റെ സാംസ്കാരിക പശ്ചാത്തലത്തിൽ എഴുത്തുകാരന്റെ നിഗമനങ്ങളെ പുനപ്പരിശോധിക്കാനുള്ള അവസരമായി ഈ പുസ്തകത്തിന്റെ പുതിയ പതിപ്പിനെ വായനക്കാർ സ്വീകരിക്കുമെന്ന് എനിക്ക് ഉറപ്പുണ്ട്.

നോവലിന്റെ നൂറ്റിമുപ്പത് വായനാവർഷങ്ങൾ

1889ൽ ഇന്ദുലേഖാ നോവൽ പ്രസിദ്ധീകരിക്കപ്പെട്ടു. ഒരു വർഷം കഴിഞ്ഞു 1890 ൽ രണ്ടാംപതിപ്പുമിറങ്ങി. എഴുതിയത് പരപ്പനങ്ങാടിയിൽ ഔദ്യോഗിക ജോലിക്കിടെയായിരുന്നെന്നുംആദ്യത്തെ രണ്ടുപതിപ്പുകളുടെയും പ്രസിദ്ധീകരണം കോഴിക്കോട് നിന്നായിരുന്നുവെന്നുംഓർക്കുന്നത് നന്ന്. കടലാസിൽ അച്ചടിച്ചിറക്കുന്ന പുസ്തകങ്ങളുടെ കാലംകഴിയുന്ന ഒരു സമീപ ഭാവിയിൽ ഇന്ന് മനസ്സിലാക്കുന്നതിലധികം പ്രാധാന്യം ഈ വസ്തുതകൾക്ക് കൈവരാൻ സാധ്യതയുണ്ട്. കലയോടും സാഹിത്യത്തോടുമുള്ള കൃതഘ്നതയുടെ കാര്യത്തിൽ ലോകത്തിലെ ഇതര ഭാഷകളേക്കാൾ ഏറെ മുമ്പിലാണ് നമ്മൾ. ആത്മസ്തുതി കൊണ്ടുമറച്ചുവെക്കാൻ കഴിയാത്തവിധം ഇത്രമേൽ പകയുംനിന്ദയുംപരിഹാസവും പുച്ഛവും സ്വന്തംഭാഷയോട് വെച്ചുപുലർത്തുന്ന മറ്റൊരു ജനത ഈ ഭൂമുഖത്ത് കാണുമോ എന്ന് സംശയമാണ്.

ഇന്ദുലേഖാ നോവലും ഒയ്യാരത്ത് ചന്തുമേനോനുംസ്മാരകകുടീരങ്ങൾ കൊണ്ട് ഔദ്യോഗികമായി പൂജിക്കപ്പെടുകയും ജനന - ചരമവാർഷിക ദിനങ്ങൾ ആചാരപൂർവ്വം ആഘോഷിക്കപ്പെടുകയും ചെയ്യുമെന്ന കാര്യത്തിൽ യാതൊരു സംശയവും ആർക്കുമില്ല. അതെല്ലാംഒരു വശത്ത് മുറതെറ്റാതെ നടക്കും. മറുവശത്ത് ഭാഷയിലും സംസ്കാരത്തിലും ചന്തുമേനോന്റെ കൃതികൾ അവശേഷിപ്പിച്ചുപോയതിനെയെല്ലാം മറക്കുകയും അവഹേളിക്കുകയും ചെയ്യും. കുഴിവെട്ടി മറവിയിൽ മൂടുന്നത് മരിച്ചയാളെക്കുറിച്ചുള്ള ഓർമ്മയെ മാത്രമാവണമെന്നില്ല. അവശേഷിപ്പിച്ച ഈടുവെപ്പുകളെ ഒട്ടാകെയുമാകാം.

ഒരു ജനത ചരിത്രത്തിൽ എന്നെന്നും ഓർമ്മിക്കപ്പെടുന്നത് എന്തിന്റെ പേരിലായിരിക്കുമെന്ന് അസന്ദിഗ്ധമായി പറയാൻ കഴിയാത്ത അനിശ്ചിതത്വം ഇന്ന് നമ്മെ ചൂഴ്ന്ന് നിൽക്കുന്നുണ്ട്. തീർച്ചയായും ഓരോ ജനതയും തങ്ങളെക്കുറിച്ച് തന്നെ വെച്ച് പുലർത്തുന്ന സങ്കൽപ്പങ്ങളുടേയും പൊള്ളയായ വ്യാമോഹങ്ങളുടേയും അടിസ്ഥാനത്തിലായിരിക്കില്ല അത്. ശാസ്ത്രത്തിന്റെയും മതത്തിന്റെയുംരാഷ്ട്രീയാധികാരത്തിന്റെയും മഹാസ്വപ്നങ്ങളായി അവതരിപ്പിക്കുകയും എഴുന്നള്ളിക്കുകയും ചെയ്യുന്നവ മിക്കതും ഒരു ഭൂതകാല കൗതുകം പോലുമാകാൻ ഭാഗ്യമില്ലാതെ മണ്ണടരുകളിൽ പോയ്മറയുന്നു. ലോകമഹായുദ്ധങ്ങളുടേയും കമ്യൂണിസ്റ്റ് സ്വപ്നത്തകർച്ചകളുടേയും അനുഭവങ്ങൾ മാത്രമല്ല സാമ്രാജ്യത്വ ആഗോളീകരണ പ്രതീക്ഷകളെ വെറും കുമിളകളാക്കി മാറ്റിയ ഒരു വൈറസ് മഹാവ്യാധിയുടെ കൂടി അസ്ഥിരമായ അനുഭവ പശ്ചാത്തലത്തിൽ കുറിക്കുന്ന വാക്കുകളാണിവ. വ്യക്തിപരമായുംസാമൂഹികമായുമുള്ള ഓർമ്മകളിലും മറവികളിലുമെല്ലാം ഇന്ന് നാംബോധപൂർവ്വമായി പുലർത്തുന്ന വിവേചനംസ്വന്തം ലാഭനഷ്ടങ്ങൾമാത്രം കണക്കിലെടുത്തുള്ളവയാണ്. അതിനാൽ ചരിത്രനീതിക്ക് എതിരുമാണ്. സത്യവിരുദ്ധമായവയ്ക്കൊന്നിനും നിലനിൽക്കാനുള്ള അർഹതയില്ലെന്ന് വിശ്വസിക്കുകയും തെളിയിക്കുകയുംചെയ്യുന്ന ഒരു ജനതയുടെ സംസ്കാരം ഒരു പക്ഷെ ഫോസിലുകളായെങ്കിലുംപിൽക്കാലത്ത് നിലനിൽക്കാം. അവ ബാക്കിയാവാനും ഓർമ്മിക്കപ്പെടാനും സാധ്യതയുണ്ട്. അക്കൂട്ടത്തിൽ നമ്മുടെ സ്ഥാനമെന്താണ് ?

നൂറ്റിമുപ്പതിലധികം വർഷങ്ങൾക്ക് മുമ്പുണ്ടായ ഇന്ദുലേഖാ നോവലിനെ 'ലാഭനഷ്ട'ങ്ങളുടെ അടിസ്ഥാനത്തിൽ ഒട്ടനവധി തവണ വിലയിരുത്തിയ ഭാഷയാണ് നമ്മുടേത്. യഥാർത്ഥത്തിൽ അത്തരം വിലയിരുത്തലുകളിലൂടെയും സ്ഥാനപ്പെടുത്തലുകളിലൂടെയും നമ്മെ തിരിച്ചറിയാനുള്ള ധാരാളം അവസരങ്ങളും നാംചരിത്രത്തിന് തിരികെ നൽകിയിട്ടുണ്ട് -- ഇവയ്ക്കെല്ലാം ഇത്രയും കാലം വിധേയമാക്കപ്പെട്ട ഇന്ദുലേഖാ നോവലിന്റെ ചരിത്രത്തിന് ഉൾപ്പെടെ. ചരിത്രം രചിക്കാൻ നമുക്കുള്ള അധികാരംചരിത്രവുമായുള്ള നമ്മുടെ ബന്ധത്തെ പൂർണ്ണമാക്കുന്നില്ല. ജീവിക്കുന്നവരുടെമേലും മരിച്ചവരുടെ മേലുംചരിത്രം അതിന്റെ പരമമായ അധികാരംതുടർച്ചയായി പ്രയോഗിക്കുന്നുണ്ട്. അക്ഷരലോകത്തെ പ്രേതാത്മക്കൾക്കും അവരുടെ കൃതികൾക്കുംഇന്നും ജീവിച്ചിരിക്കുന്നവരുടെ ചിന്തകൾക്കുമേൽ അധികാരമുണ്ട്. ഇന്ദുലേഖാ നോവലിനെക്കുറിച്ചുള്ള നമ്മുടെ എല്ലാ വർത്തമാന പാഠങ്ങൾക്കു മേലും ഈ അധികാരംനിശ്ശബ്ദമായി പ്രയോഗിക്കപ്പെടുകയാണെന്ന് നാം അറിയേണ്ടതുണ്ട്.

ഇന്ദുലേഖയെക്കുറിച്ച് എന്തു പറയുമ്പോഴും കുറേക്കൂടി ഉത്തരവാദിത്ത ബോധവും സത്യസന്ധതയുമുള്ളവരാകാൻ നിലവിലുള്ള സാഹചര്യം നമ്മെ നിർബന്ധിക്കുന്നുണ്ട്. പകർപ്പവകാശ നിയമപ്രകാരമുള്ള 'ഉദാര സ്വാതന്ത്ര്യം' ഉപയോഗിച്ച് പതിനെട്ടാം അദ്ധ്യായം മുഴുവനായി അവയവ ഛേദംചെയ്ത് പ്രസിദ്ധീകരിച്ചത് നോവലിനോട് നാം പുലർത്തി വന്ന കുറ്റകരമായ ലാഘവത്വത്തെ ഉദാഹരിക്കുന്നുണ്ട്. കഥാഗതിക്ക് അത് തടസ്സം സൃഷ്ടിക്കുന്നു എന്ന കുറ്റമാണ് നോവലിനു മേൽ ചാർത്തിയത്. ശരാശരി മദ്ധ്യവർഗ്ഗചിന്തക്കും ഭാവനക്കും ആവശ്യമായതെല്ലാം നോവലിൽ നിന്ന് ചികഞ്ഞെടുക്കുകയും ബാക്കിയുള്ളവയെല്ലാംഅനൗ ചിത്യമായി തള്ളിക്കളയുകയും ചെയ്യലാണ് ഇന്ദുലേഖാ വിമർശനമെന്ന് ഔദ്യോഗികമായിത്തന്നെ അംഗീകരിക്കപ്പെട്ടു.

ഇന്നലെ എഴുതിയതുംഇന്ന് എഴുതുന്നതും നാളെ എഴുതാൻ പോകുന്നതും ഗണിച്ചെടുക്കാനുള്ള നമ്മുടെ നിരൂപണത്തിന്റെ 'വക്രദൃ ഷ്ടി'ക്ക് കീഴ്പ്പെടേണ്ടി വന്നതാണ് ഇന്ദുലേഖാ നോവലിനുണ്ടായ ദുരന്തം. ഇതാകട്ടെ നിരൂപകന്റെ അടുക്കളയിൽ മദ്ധ്യവർഗ്ഗ സംസ്കാരത്തിന്റെ അഭിരുചിക്കനുസരിച്ച മാത്രം പാകം ചെയ്തെടുത്തതുമല്ല. പ്രസിദ്ധീ കരണ സ്ഥാപനങ്ങൾ ഈ രംഗത്ത് നടത്തി വന്ന കുടില പ്രവൃത്തികളെ ക്കുറിച്ച കൂടി പറയാതെ യഥാർത്ഥത്തിൽ ഇന്ദുലേഖയുടെ വർത്തമാന ചിന്തകൾ പൂർണ്ണമാകുന്നില്ല. ഇന്ദുലേഖയുടെ പിറവിക്കും അര നൂറ്റാണ്ട് നൂറ്റാണ്ട് മുമ്പേ ആരംഭിച്ചതാണ് മലയാള പുസ്തക പ്രസാധന ചരിത്രം. ഒറ്റപ്പെട്ട അപവാദങ്ങളെ ഒഴിവാക്കിയാൽ സാഹിത്യ പുരോഗതിക്ക് അതു 'സംഭാവന'യായി നൽകിയത് എന്താണ്?കൊടിയ വഞ്ചനകൾ കൊണ്ടും നിർദ്ദയ ചൂഷണങ്ങൾ കൊണ്ടും ജീവിതകാലംമുഴുവൻ എഴു ത്തുകാരനെ മൊത്തമായും ചില്ലറയായും കമ്പോളത്തിൽ വിറ്റഴിച്ച പ്രസാധകക്കൂട്ടത്തിന്റെ മുമ്പിൽ കൊള്ളലാഭത്തിന്റെ അനന്തമായ സാദ്ധ്യതകൾ തുറന്നിടുകയാണ് ഇന്ദുലേഖ വാസ്തവത്തിൽ ചെയ്തത്. ഒന്നും രണ്ടും പതിപ്പുകൾക്ക് ശേഷം വിപണിയുടെ വിളവു നോക്കി തോന്നുമ്പോലെ ചവറുകളായി അടിച്ചിറക്കിയ പതിപ്പുകളിൽ ശുദ്ധ മായവ ഏതെന്നും അശുദ്ധമായവയേതെന്നും സൂക്ഷ്മ പരിശോധന നടത്തേണ്ട അവസ്ഥയിലാണ് ഇന്ന് ഭാഷയിലെ പുസ്തകപ്രസാധക വ്യവസായം. അതിൽ ഒരു പശ്ചാത്താപവും ഇതേവരെ പ്രകടിപ്പിക്ക പ്പെട്ടു കണ്ടിട്ടില്ല. പകരം തെറ്റു തിരുത്തി ശുദ്ധമായ പതിപ്പ് പ്രസിദ്ധീക രിക്കാനും പേരുംപെരുമയുംസ്വന്തമാക്കാനും കോർപ്പറേറ്റ് വ്യാപാര ലോബി പുതുതായി പ്രകടിപ്പിക്കുന്ന ഇന്ദുലേഖാ പ്രണയംഅക്ഷരത്തെ സ്നേഹിക്കുന്നവരെയെല്ലാം ലജ്ജിപ്പിക്കേണ്ടത് തന്നെ!

നോവൽ പുറത്തിറങ്ങി ഒരു വർഷംതികയുമ്പോൾ 1890 ൽ ഡ്യൂമർഗ്ഗ് ഇന്ദുലേഖയുടെ ഇംഗ്ലീഷ് പരിഭാഷ ഏറെ സാഹസപ്പെട്ട് പൂർത്തിയാക്കി പ്രസിദ്ധീകരിച്ചു. അതുവരെയുള്ള സാഹിത്യ ചോരണത്തിന്റെ ദയനീയാവസ്ഥയിൽ നിന്ന് ഇന്ദുലേഖ വ്യത്യസ്തമാകുന്നത് അത് മലബാറിലെ ജനജീവിതത്തിന്റെ മൗലികവുംസത്യസന്ധവുമായ ആഖ്യാനമായതുകൊണ്ടാണെന്ന് ഡ്യൂമർഗ്ഗ് ആമുഖത്തിൽ പറയുന്നുണ്ട്. ഇംഗ്ളീഷുകാരനായ തനിക്ക് നോവലിലെ പദങ്ങളോട്ടുംനാടൻ ശൈലികളോട്ടുംപൂർണ്ണമായി നീതി പുലർത്താനായില്ലെന്ന കാര്യവും അദ്ദേഹം അതിൽ കൂട്ടിച്ചേർക്കുന്നു. സാമ്രാജ്യത്വ അധിനിവേശത്തിന്റെ താൽപര്യങ്ങൾ സംരക്ഷിക്കാൻ നിയോഗിക്കപ്പെട്ട ഒരു 'ബ്രിട്ടീഷ് ബ്യൂറോക്രാറ്റ്' പരിഭാഷയിൽ പ്രകടിപ്പിച്ച ഭാഷാപരമായ ഉൾക്കാഴ്ച്ചയോട്ടും ആർജ്ജവത്വത്തോട്ടും നീതി പുലർത്താൻ പിൽക്കാലത്ത് ഒരിക്കൽ പോലുംനമുക്ക് സാധിക്കാഞ്ഞത് നമ്മുടെ 'ഭാഷാസ്നേഹത്തിന്റെ' എന്നെന്നുംജീവിക്കുന്ന തെളിവായി ശേഷിക്കുന്നു. വികലവുംപലപ്പോഴും വികൃതവുമാക്കി ചവറുകൾ പോലെ പുറത്തിറക്കുന്ന ഇത്തരം ലക്ഷക്കണക്കിന് വ്യാജ പ്രതികളുടെ പേരിലാണ് ഇന്ദുലേഖയുടെ വർത്തമാന പാഠങ്ങൾക്ക് ഇന്ന് ഉള്ളുലയ്ക്കുന്ന വേദനയോടെ ആത്മനിന്ദയിൽ മുഴുകേണ്ടിയും വീണ്ടുവിചാരങ്ങളിലേർപ്പെടേണ്ടിയും വന്നിരിക്കുന്നത്. ഒരു 'ജനാധിപത്യയുഗ'ത്തിലെ ഭാഷയുടേയും സംസ്കാരത്തിന്റെയുംഈ ദയനീയാപചയം ഏറെ സഹതാപമർഹിക്കുന്നുണ്ട്

അതിനാൽ വർത്തമാന പാഠങ്ങൾക്ക് ഇന്ന് അഭിമുഖീകരികരിക്കേണ്ടി വരുന്നത് ഒരേസമയം രണ്ടു വിപത്തുകളെയാണ്: ആത്മസംതൃപ്തിയുടേയും ആത്മനിന്ദയുടേയുമാണ് ആ വിപത്തുകൾ. ഇവയ്ക്കു രണ്ടിനും നമ്മുടെ സാംസ്കാരിക ചരിത്രത്തിൽ ആഴത്തിലുള്ള വേരുകളുണ്ട്. ഒരു വശത്ത് പൊള്ളയായ മഹത്വഘോഷണങ്ങളിൽ സ്വയം മുഴുകാനുംനാർസിസസ്സിന്റെ പഴയ തടാകക്കരയിൽ സ്വന്തം മുഖസൗന്ദര്യംനോക്കി ആസ്വദിക്കാനുമുള്ള ആത്മസംതൃപ്തി വായനക്കാർക്ക് അത് തലമുറകളായി വാഗ്ദാനം ചെയ്യുന്നുണ്ട്. മറുവശത്ത് മദ്ധ്യവർഗ്ഗ സംസ്കാരത്തിന്റെ സന്ധികൾക്കും സമവായങ്ങൾക്കും അരങ്ങൊരുക്കുകയാണെന്നതിന്റെ പേരിൽ അധിനിവേശിത ജനതയുടെ അടിമബോധത്തിന്റെ വികലമായ ആഖ്യാനമാണത് എന്ന ആത്മനിന്ദ സ്വയം ക്രൂരമായി പേറുകയും ചെയ്യുന്നു. സാമാന്യമായി ഇവയെ കാണേണ്ടത് വിരുദ്ധങ്ങളായ രണ്ടു ദർശനങ്ങളുടെ, രണ്ടു വ്യത്യസ്ത ജീവിതവീക്ഷണങ്ങളുടെ, വായനാ സ്വരൂപങ്ങളായാണ്. ഇന്ദുലേഖയുടെ വർത്തമാന പാഠങ്ങൾക്ക് പോകേണ്ടത് ആത്മസ്തുതിയുടെ ലളിതവും സുഗമവുമായ വഴികളിലൂടെയല്ല. ആത്മനാശത്തിന്റെ മുനമ്പിൽ വായനയെ കൊണ്ടു

ചെന്നെത്തിക്കുന്ന, ആത്മനിന്ദയുടെ ശാപഗ്രസ്തമായ മാർഗ്ഗങ്ങളിലൂടെയു മല്ല - ഇന്ദുലേഖാ നോവലിനെയും നൂറ്റിമുപ്പതുവർഷം പിന്നിടുന്ന അതിന്റെ വായനാചരിത്രത്തിനെയും വിമർശകന്റെ സത്യാന്വേഷണത്തിന്റെ ഒരു സവിശേഷ മേഖലയായി വേർതിരിച്ചു കാണാനും പഠിക്കാനുമാണ് ഇന്ദുലേഖയുടെ വർത്തമാന പാഠങ്ങൾ ശ്രമിച്ചുകൊണ്ടിരിക്കുന്നത്.

(2021 ആഗസ്റ്റ്)

ഇന്ദുലേഖ -
വർത്തമാനകാല വായനക്കും
വിമർശനത്തിനും ഒരു രൂപരേഖ

ഒന്ന്

നാളിതുവരെ ഇന്ദുലേഖാ നോവൽ വായിക്കപ്പെട്ടതിന്റേയും വിവിധകാഴ്ചപ്പാടുകളുടെ പിൻബലത്തിൽ വിമർശിക്കപ്പെട്ട തിന്റേയുംവിജയകരമായ നൂറ്റിമുപ്പതു വർഷത്തെ ചരിത്രം, മലയാളം പോലുള്ള ഒരു ആധുനിക ഭാഷയിൽ അന്യൂനമായ ഒരു സാഹിത്യാനുഭ വമാണ് -അതിനു യാതൊരു സംശയവുമില്ല. എന്നാൽ അതോടൊപ്പം പരിഗണിക്കപ്പെടേണ്ട മറ്റു ചില വസ്തുതകൾ കൂടിയുണ്ട്. അവ ഇന്നത്തെ നോവൽ വായനക്കാരുടെയും വിമർശകരുടേയും ശ്രദ്ധയിൽ കൊണ്ടു വരാൻ മാത്രമാണ് ഇവിടെ ഉദ്ദേശിക്കുന്നത്. നോവൽ വായനയ്ക്കും വിലയിരുത്തലിനും സഹായിക്കുന്ന പൊതുവായ ഒരു രൂപരേഖ നാളിതുവരെയുള്ള സാഹിത്യാനുഭവങ്ങളുടെ പിൻബലത്തിൽ ഇവിടെ അവതരിപ്പിക്കാൻ ധൈര്യപ്പെടുകയാണ്.

ഇന്ന് ക്ലാസിക്കായി 'സ്ഥിരപ്പെട്ട' ഏതൊരു കൃതിയും മാറിമാറിവരു ന്ന കാലങ്ങളോടും സാമൂഹികാവസ്ഥകളോടും വായനാ ശീലങ്ങളോടും എതിരിട്ട് ജീവിവർഗ്ഗങ്ങളെപ്പോലെ നിരന്തരമായ പരിണാമ ഭേദങ്ങൾ ക്ക് വഴിപ്പെടുന്നു എന്നത് വാസ്തവമാണ്. പ്രത്യക്ഷത്തിൽ തിരിച്ചറിയാൻ കഴിയുന്നതല്ല, കൃതിയുടെ രൂപഭാവങ്ങൾക്ക് സംഭവിക്കുന്ന സൂക്ഷ്മ പരിണാമ ഭേദങ്ങൾ. രചയിതാവും വായനക്കാരനും തമ്മിൽ രൂപപ്പെട്ടു ന്ന സവിശേഷ ബന്ധം സ്ഥിരപ്പെടാതെ ഓരോകാലത്തെയുംസാമൂഹിക പരിതോവസ്ഥക്കനുസരിച്ച് മാറിക്കൊണ്ടേയിരിക്കുന്നുണ്ട്. ഇത് ഇന്ദു ലേഖയെ സംബന്ധിച്ചിടത്തോളം പ്രാഥമികയാഥാർത്ഥ്യം മാത്രമാണ്.

അതനുസരിച്ച് നോവലിന്റെ മൂല്യ നിർണ്ണയത്തിലുംഅടിസ്ഥാനപരമായ മാറ്റങ്ങൾ സംഭവിച്ചു കൊണ്ടിരിക്കുന്നുണ്ട്. ഇതു കാണാൻ കഴിയാത്തത് ഇന്ദുലേഖാ വിമർശനം പരാജയപ്പെടുന്നതിന്റെ ലക്ഷണമാണ്. വർത്ത മാന കാല വായനകളുടേയുംവിലയിരുത്തലുകളുടേയും പരിമിതികളെ ഭൂത കാലങ്ങളിൽ നിലവിലിരുന്നതായി സങ്കൽപ്പിക്കുന്ന ഒരു 'ആദർശാ ത്മകമാതൃക' കൊണ്ട് പകരം വെക്കാനാവില്ല. 'സാഹിതീയ'വും സൗന്ദ ര്യാത്മക'വുമായ ശുദ്ധത കൈമോശം വന്നതാണ് നോവൽ നിരൂപണം ഇന്നു നേരിടുന്ന പ്രശ്നമെന്ന ചില നിഷ്കളങ്ക മനസ്കരുടെ കണ്ടെ ത്തൽ ഒട്ടും പുതുമയില്ലാത്തതാണ്. ഇത് മനസ്സിലാക്കാൻ ഇന്ദുലേഖാ നിരൂപണത്തിന്റെ കഴിഞ്ഞ ഒരു നൂറ്റാണ്ടു കാലത്തെയെങ്കിലും ചരിത്രം പഠിച്ചിരിക്കേണ്ടത് ആവശ്യമാണ്.

ചരിത്രം വിചിത്രമായ കാരണങ്ങളാൽ രചനയുമായുള്ള നമ്മുടെ ബന്ധങ്ങളിൽ ഗുണപരമായ മാറ്റങ്ങൾ വരുത്തിക്കൊണ്ടിരിക്കുന്നു ണ്ട്. രചനയുടെ പ്രാരംഭംഎളിയ നിലയിലും ഏറെ ശങ്കകളോടെ യുമാണ്. എല്ലാ പ്രതിസന്ധികൾക്കുമിടയിലുംജന്മമെടുക്കാനുള്ള ഒട്ടനവധി കാരണങ്ങൾ ഇടതടവില്ലാതെ ബോധിപ്പിക്കാൻ കൃതി ആരംഭത്തിൽ നിർബന്ധിക്കപ്പെടുന്നു. തുടക്കത്തിൽ വായനക്കാർ, ചോദ്യകർത്താക്കളുടേയുംകൃതി, ഉത്തരംപറയാൻ ബാധ്യതപ്പെട്ട സ്വീകർത്താക്കളുടേയും പക്ഷത്താണ്. ഇന്ദുലേഖയുടെ തുടക്കം ആമുഖത്തിലും അവതാരികയിലുമുള്ള ക്ഷമാപണ സ്വരങ്ങളിലായത് യാദൃച്ഛികമല്ലെന്നാണ് ഇന്ന് മനസ്സിലാക്കേണ്ടത്. വീട്ടിലുള്ളവരുടെ നിർബന്ധം സഹിക്കാൻ കഴിയാതെ വന്നപ്പോൾ എഴുതേണ്ടി വന്നതാണിത്; വീട്ടിൽ ഉപയോഗിക്കുന്ന സാധാരണമായ ലളിതഭാ ഷയിൽ എഴുതിയതാണിത് -- തുടങ്ങിയ പരിദേവനങ്ങളോടെയുള്ള നോവൽ പുറത്തിറങ്ങിയ കാലത്ത് അതെഴുതിയ ആളോ അന്നത്തെ അഭ്യസ്തവിദ്യരായ വായനാ സമൂഹം പോലുമോ പിൽക്കാലത്ത് കൃതിക്കു ണ്ടാവാൻ സാധ്യതയുള്ള വ്യത്യസ്ത പരിണാമങ്ങളെക്കുറിച്ച് യാതൊരു അറിവുംഉള്ളവരായിരുന്നില്ല. തെറ്റു പറ്റുമ്പോൾ പിടിക്കപ്പെടുകയും ശിക്ഷയൊഴിവാക്കാൻ കുറ്റം ഏറ്റുപറകയും ചെയ്യുന്ന ഒരു കുട്ടിയുടെ നിരപരാധിത്വ ഭാവം പിറവിയിൽത്തന്നെ ഇന്ദുലേഖക്കുണ്ടായതിന് നമുക്ക് ആരെയും കുറ്റപ്പെടുത്താനാവില്ല. വീട്ടിലെ 'നിർബന്ധങ്ങളും' നാട്ടിലെ ലാളിത്യങ്ങളുമാണ് ഇന്ദുലേഖ പോലുള്ള ഒരു നോവൽ പത്തൊമ്പതാം നൂറ്റാണ്ടിന്റെ അവസാനത്തിൽ ജന്മമെടുക്കാൻ നിമിത്തങ്ങളായതെന്നത് വിശ്വസിക്കാൻ 'ശിശുസഹജ'മായ 'നിഷ്ക ളങ്കത'യുള്ള ഇന്നത്തെ 'ശുദ്ധ' നിരൂപകർക്കു പോലും കഴിയില്ല. അന്നു പിറവിയെടുത്ത നോവലിന് കാലാന്തരങ്ങളിലുണ്ടായ ഗംഭീരമായ പരി വർത്തനങ്ങൾക്ക് സമാധാനം പറയാൻ കുട്ടിത്തത്തിന്റെ ലളിതമായ

യുക്തികൾ മാത്രംപോരാ. മനുഷ്യന്റേതെന്നപോലെ മനുഷ്യ സ്രഷ്ടമായ കൃതിയുടെയും ചരിത്ര പരിണാമം മിക്കപ്പോഴും സങ്കീർണ്ണമായ ഒരു പ്രക്രിയാണെന്നതാണ്, അതിനു കാരണം.

രണ്ട്

ആദ്യം സൂചിപ്പിച്ചതു പോലെ ഇന്ന് ഇന്ദുലേഖ, ചോദ്യകർത്താവിന്റെ പക്ഷത്താണിപ്പോൾ ഒടുവിലെത്തിപ്പെട്ടിരിക്കുന്നത് -- ഒറ്റ നോട്ടത്തിൽ ഏറ്റവും സുരക്ഷിതമായ നിലയിലാണ്. വായനക്കാരും വിമർശകരുമെല്ലാം ഉത്തരം നൽകാൻ ബാദ്ധ്യതപ്പെട്ട സ്വീകർത്താക്കളുടെ അരക്ഷിത പക്ഷത്തും. ശൈശവസഹജമായ നിഷ്കളങ്കത ലവലേശമില്ലാതെ 'ഇന്നി' നെ നേരിടാനുള്ള പ്രാപ്തി കഴിഞ്ഞ കാലങ്ങളുടെ അനുഭവങ്ങളിൽ നിന്ന് നോവൽ ആർജ്ജിച്ചു കഴിഞ്ഞിട്ടുണ്ട്. നമ്മളോ? നോവലിന്റെ സ്വഭാവത്തിലുംസ്വാധീനശക്തിയിലും ഉണ്ടാകുന്ന മാറ്റങ്ങളറിയാത്ത നിലയിലാണ് നാമിന്ന്. അത് മനസ്സിലാക്കാനാണ് നാം ഏറെ വിഷമിക്കുന്നത്. അവയെ ഉൾക്കൊള്ളാൻ നമുക്ക് കഴിയുന്നില്ല. അതിനു നാം കണ്ടെത്തുന്ന പരിഹാരം വളരെ ലളിതമാണ്. കാലപ്പഴക്കമുള്ള മറ്റേന്ത് വസ്തുക്കളെയുമെന്നപോലെ ഇന്ദുലേഖ എന്ന നോവലിനെയുംവിഗ്രഹമാക്കി സൂക്ഷിക്കാനാണ് നാമിഷ്ടപ്പെടുന്നത്. മറ്റെല്ലാ ഭൂതരൂപങ്ങളുമെന്ന പോലെ കാലംകഴിയുന്തോറും ഈ നോവലും ഭൂതാവേശത്തിന്റെ തൽക്കാല ലക്ഷണങ്ങൾ മാത്രം വായനക്കാരിലുണ്ടാക്കി പ്രേതാത്മാക്കൾക്കിടയിൽ അധിവസിക്കാനൊരുങ്ങുകയാണ്. പഴയൊരു നാടോടിക്കഥയായി പറഞ്ഞിരിക്കാൻ രസമുണ്ട്. കുട്ടികൾ അല്ലലില്ലാതെ ലാഘവത്തോടെ കേട്ടിരിക്കും. ചോദ്യങ്ങൾ ചോദിക്കാൻ പഠിപ്പിച്ച പുസ്തകം ഇന്ന് മറുചോദ്യങ്ങളൊന്നും ചോദിക്കപ്പെടാതെ പാഠപുസ്തകങ്ങൾക്കിടയിൽ മൃതാത്മാവായി കഴിയുന്നു. ഭാഷയുടെ ലാളിത്യം, ഇംഗ്ലീഷ് വിദ്യാഭ്യാസം, പ്രണയ മാധുര്യം, പതിനെട്ടാമദ്ധ്യായം എന്ന ശിലാ ഖണ്ഡം, രാഷ്ട്രീയം, യുക്തിചിന്ത, നാട്ടുമ്പുറങ്ങൾ, മഹാനഗരങ്ങൾ - നൂറ്റാണ്ട് പഴക്കമുള്ള കാഴ്ചഭരണിയിൽ ഭദ്രമായി അടച്ച് കാലം കൈമാറിയ 'പൈതൃകനിധി' ഇന്ന് ഉപ്പ് പരലുകളായി നമുക്ക് തൊട്ടുരുചിക്കാൻ പാകപ്പെട്ട് തീർത്തും നിരുപദ്രവകാരിയായി മാറിക്കഴിഞ്ഞിരിക്കുന്നു. ഈ ഉപ്പു ഭരണിയിൽ തല പൂഴ്ത്താനുംരുചിക്കാനും ആർജ്ജിച്ച കഴിവുകളെയാണ് (കഴിവു കേടുകളെ ?) നാം ഇന്ദുലേഖാ വിമർശനം (പഠനം) എന്ന് വിളിക്കുന്നത്. പ്രജനനശേഷിയുള്ള ചോദ്യങ്ങളെ നിർവ്വീര്യമാക്കാൻ നാം കണ്ടെത്തിയ ഒരു പരിഹാരമാർഗ്ഗം അവയെ പാഠപുസ്തകമാക്കി പൂജിക്കുകയാകുന്നു. ആപൽക്കരങ്ങളായവയെ നിരുപദ്രവകരങ്ങളാക്കി മാറ്റാനുള്ള ഒരെളുപ്പ വഴിയാണിത്. ഇന്ദുലേഖയിൽ നിന്ന് ഇനി ഒരൊറ്റ ചോദ്യവുംഉണ്ടാവില്ലെന്നുറപ്പാണ്. നമ്മുടെ ക്ലാസ്സ്

മുറികളുംഅദ്ധ്യാപന സമ്പ്രദായവും അത് ഉറപ്പാക്കിക്കഴിഞ്ഞിട്ടുണ്ട്.

യഥാർത്ഥത്തിൽ ഇന്ദുലേഖയെന്ന നോവലിനെ 'ശൈശവ നിഷ്കളങ്ക'മായ മനസ്സോട്ടുകൂടി കാണാനും പ്രതിലോമപരമായി വിലയിരുത്താനുമുള്ള ഒരു നൂതന പദ്ധതി ഇവിടെ സമാന്തരമായി രൂപപ്പെട്ടു വരുന്നുണ്ട്. ചരിത്രത്തിന് വിപരീതമായ ഒരു ദിശയിലാണ് ഇവരുടെ സഞ്ചാരപഥം. തുടങ്ങിയേടത്തേക്ക് തിരികെ പോകാൻ, ശൈശവാവസ്ഥകളെ വീണ്ടും പുന:രാനയിക്കാൻ വെമ്പുന്ന നിരൂപണത്തിന്റെ പ്രതിലോമ ബുദ്ധിക്ക് ആഴത്തിലുള്ള രാഷ്ട്രീയാർത്ഥങ്ങളുണ്ട്. സാമ്രാജ്യത്വ ആഗോളീകരണം 'ശൈശവ നിഷ്കളങ്ക'തയെ മറയാക്കിയാണ് പുരോഗമനപരമായ രാഷ്ട്രീയ മുന്നേറ്റങ്ങളേയും ജനാധിപത്യവൽക്കരണ പ്രക്രിയയേയുംതടയുന്നത്. അരാഷ്ട്രീയ മനസ്സുകളെ സമൂഹത്തിൽ പുതുതായി സൃഷ്ടിച്ചെടുക്കുന്നതും ജനകീയേച്ഛയെ മുളയിൽത്തന്നെ കരിച്ചു കളയുന്നതുംജന്മസിദ്ധമായ ജീവിവർഗ്ഗ ചോദനകളെ മുൻനിർത്തിയാണ്; പ്രാകൃതവാസനകളെ കരുവാക്കിയാണ്. പ്രശ്നസങ്കീർണ്ണതകളിൽ പെട്ടുഴലുന്ന കുഴഞ്ഞുമറിഞ്ഞ ഇടങ്ങൾ ഇന്ദുലേഖാ നോവലിന്റെ ഭൂപടംനിറയെ സ്ഥാനപ്പെട്ടു കിടപ്പുണ്ട്. ഇവയെ ലളിതവൽക്കരിക്കുകയും ലഘൂകരിക്കുകയും ചെയ്യുക എന്നത് എളുപ്പമുള്ള കാര്യമല്ല. 'സുചരിത' വും 'സുലളിത'വുമെന്ന് വിശേഷിക്കപ്പെട്ട തറവാടുകളുടെ ഇരുണ്ട അകത്തളങ്ങളും വായുസഞ്ചാരമില്ലാത്ത പുറത്തളവും ജീർണ്ണിച്ചഴുകാൻ തുടങ്ങുന്നത് പ്രശ്നവിഷയമാക്കിയ നോവലിനെയാണ് രാഷ്ട്രീയാക്ഷരങ്ങളും ആശയങ്ങളും ഒഴിവാക്കിയ ശൂന്യമനസ്സുകൾ കൊണ്ട് വായിച്ചു വിലയിരുത്താൻ ഒരുമ്പെടുന്നത്. ചരിത്രത്തെ ശീർഷാസനക്കാരന്റെ കീഴ്മേൽ മറിഞ്ഞ നോട്ടത്തിൽ കാണാനും തുടങ്ങിയേടത്തു തന്നെ തിരിച്ചെത്താനുമുള്ള 'സുഖകരമായ' ദൗത്യമാണ് ഇന്നത്തെ ഇന്ദുലേഖാ നിരൂപണത്തിന്റേത്. ജാതിയുടേയും മതത്തിന്റേയും പ്രദേശത്തിന്റേയും ഭാഷയുടേയും വംശത്തിന്റേയുംഅതിർവരമ്പുകളെ അതിലംഘിക്കാനുഴറിയ ഒരു നോവലിന്റെ സ്വത്വത്തെയാണ് ആരംഭകാലത്ത് തളച്ചിടപ്പെട്ട അതേ കുറ്റികളിൽത്തന്നെ ആഗോളീകൃതകാലത്തെ പുതിയ യജമാനൻമാർക്ക് വേണ്ടി ഇന്ദുലേഖാ നിരൂപണം ഇപ്പോൾ ബന്ധിക്കാൻ ഒരുങ്ങുന്നത്. ഒറ്റനോട്ടത്തിൽ 'ശൈശവ നിഷ്കളങ്ക' മെന്നു വിളിക്കാവുന്ന ഈ സാമ്രാജ്യത്വ കുടിലയുക്തിയെ പ്രതിരോധിക്കാനുള്ള ശേഷി പിറന്നിട്ട് ഇപ്പോൾ ഒരു നൂറ്റാണ്ട് പിന്നിട്ടു കഴിഞ്ഞ ഇന്ദുലേഖാ നോവൽ ഇന്ന് സ്വയം ആർജ്ജിച്ചുകഴിഞ്ഞിട്ടുണ്ട്.

ഇന്ദുലേഖ ഇന്നു വായിക്കാനൊരുങ്ങുമ്പോൾ ചില വസ്തുതകൾ അടിസ്ഥാനയാഥാർത്ഥ്യങ്ങളായി നാം ഉൾക്കൊള്ളേണ്ടതുണ്ട്. നോവലിന്റെ ഉദയത്തിനു ശേഷം പിന്നിട്ട അനുഭവ സത്യങ്ങളെ പൂർണ്ണമായി മറന്നു കൊണ്ട് ഇന്ന് അതു വായിക്കാനും വിലയിരുത്താനും ഒരാൾക്കാവില്ല.

ചരിത്രപരമായ അനിവാര്യതയായി പിറവികൊണ്ട നോവൽ ചരിത്രവു മായുള്ള അതിന്റെ ബന്ധം പിന്നിട്ട കാലത്തുംഅനുസ്യൂതമായി തുടർന്നു പോന്നു. -- ഇത്തരമൊരു ബന്ധം കൃതിയുടെ മൗലികസ്വഭാവത്തെക്കുറി ച്ചുള്ള ഉൾക്കാഴ്ച്ച പകരാൻ നമ്മെ ഏറെ സഹായിക്കുന്നുണ്ട്. മാറുന്ന ചരിത്ര യാഥാർഥ്യങ്ങളെ മറന്നുകൊണ്ട് നോവലിനെ മനസ്സിലാക്കാനാ വില്ല - ഇതറിയാത്തവരാണ് വായനയേയും നിരൂപണത്തേയുംനോ വലിന്റെ ലോകത്തിനകത്തേക്ക് പരിമിതപ്പെടുത്താൻ പാടുപെടുന്നത്. അകം×പുറം വിപരീതങ്ങളുടെ അതിരുകളെല്ലാം നോവലിന്റെ ആഖ്യാന ത്തിൽ ഭേദിക്കപ്പെടുന്നു എന്നത് ഇന്ദുലേഖയുടെ ആദ്യപാഠമാണ്.

ഇന്ദുലേഖാ വായനയിലും വിമർശനത്തിലും ദൃഢപ്പെട്ടുപോയ ചില ശീലങ്ങളുണ്ട്. നിർഭാഗ്യവശാൽ അവയിൽ പലതുമാണ് പിന്നീട് നമ്മുടെ ധാരണകളായി വളർന്നു വികസിച്ചു വന്നത്. ആചാരപരമായി ഇന്ദുലേ ഖാനിരൂപണങ്ങളിൽ ആവർത്തിക്കപ്പെടുന്ന പതിവു ശീലങ്ങളിൽ നിന്ന് നമ്മുടെ ചിന്തക്ക് മോചനമുണ്ടാവേണ്ടത് ഇന്ന് അനിവാര്യതയായിത്തീർ ന്നിരിക്കുന്നു. രാഷ്ട്രീയം, ധനം, ദർശനം, ഭാഷണം, സംസ്കാരം, കുടുംബം, സമൂഹം... നാനാ ജീവിത മേഖലകളിൽ കെട്ടുപിണഞ്ഞുകിടക്കുന്ന സങ്കീർ ണ്ണങ്ങളായ നിരവധി പ്രശ്നങ്ങളെ നോവൽ ഉൾക്കൊള്ളുന്നു എന്നു മാത്രം പറഞ്ഞാൽ മുഴുവനാവില്ല. ഇന്ദുലേഖ ആരംഭിക്കുന്നതും തുടരുന്നതും അവസാനിക്കുന്നതും പ്രശ്നങ്ങൾക്ക് പരിഹാരം തേടിയാണ്. അതിനു സഹായകമായ ചോദ്യങ്ങൾ നിരന്തരം ചോദിച്ചുകൊണ്ടാണ്. തീവ്രമായ നിഷേധങ്ങൾക്കും സങ്കടകരമായ നിരാകരണങ്ങൾക്കും അവസരം നൽകിയാണ്. നോവലിന്റെ പുറം കവചം അത്യന്തം 'ലളിത'മായത് അതിന്റെ ഉള്ളിലടങ്ങിയ അഴിയാക്കുരുക്കുകളുടെ പ്രശ്ന ലോകത്തെ കണ്ടെത്താൻ തടസ്സം സൃഷ്ടിച്ചു. സി. വി. യുടെ 'ഭാഷാഗാംഭീര്യം', ആശയ ഗരിമയുടെ ലക്ഷണമായപ്പോൾ, ഇന്ദുലേഖയുടെ 'ലാളിത്യ'ത്തിന് 'ലാഘ വത്വ'ത്തിന്റെ കബളിപ്പിക്കുന്ന അടയാളമാകാതിരിക്കാൻ പറ്റാത്ത നില വന്നു. ലാളിത്യമേറെയുള്ള ഭാഷക്കുള്ളിൽ പരിഹാരം തേടുന്ന തീവ്രങ്ങ ളായ പ്രശ്നങ്ങൾ ഒട്ടേറെയുള്ളതിനെ കൃത്യമായി തിരിച്ചറിയുന്നതിൽ നിരൂപണം പരാജയപ്പെട്ടു.

മൂന്ന് :

ഇന്ദുലേഖയെക്കുറിച്ച് ഇന്ന് നാമുയർത്തുന്ന ചോദ്യങ്ങൾക്കുള്ള ഉത്തരം ഇന്ദുലേഖയിലല്ല കണ്ടെത്തുക എന്നത് സാഹിത്യ വിമർശനം നേരിടുന്ന ഒരു പ്രധാന വെല്ലുവിളിയാണ്. ഏതൊരു രചനയെക്കുറിച്ചും ആലങ്കാരി കമായോ, സാമാന്യമായോ ഈ രീതിയിൽ പറയാമെങ്കിലും, ഇന്ദുലേഖ യെക്കുറിച്ച് ഇന്ന് ഇപ്രകാരം പറയുന്നത് നിശ്ചിതവുംസവിശേഷവുമായ

അർത്ഥത്തിലാണെന്ന് വേർതിരിച്ചറിയേണ്ടതുണ്ട്. ആദ്യകാല നോവൽ എന്ന നിലയിൽ നേരിടുന്ന രചനാപരവും സാഹിതീയവുമായ പ്രശ്നങ്ങൾ പലതും നോവലിനകത്തും പുറത്തുംതുറന്ന ചർച്ചചെയ്യപ്പെടുന്നതിനാൽ സാഹിത്യനിരൂപകന് ഇവിടെ അധികമൊന്നും ചെയ്യാൻ ബാക്കിയിയില്ല. നോവലിന്റെ ഉദ്ദേശ്യലക്ഷ്യങ്ങൾ ഉറക്കെ പ്രഖ്യാപിക്കാൻ കലയുടെ 'സൗന്ദര്യാത്മകത'യെക്കുറിച്ചുള്ള ലാവണ്യശാസ്ത്ര ചിന്തകളൊന്നുംതന്നെ രചയിതാവിന് യാതൊരു തടസ്സവും സൃഷ്ടിക്കുന്നില്ല. വീട്ടുകാരുടെ നിർബന്ധത്തിന് വഴങ്ങി ലളിതമായ ഭാഷയിൽ പറയുന്ന കഥയാണെന്ന ക്ഷമാപണം, വാസ്തവത്തിൽ നോവലിനെക്കുറിച്ചുള്ള മറ്റനേകം യാഥാർത്ഥ്യങ്ങൾക്ക് മറയിടുക മാത്രമല്ല ചെയ്യുന്നത്. നോവൽ വായനയുടേയും വിമർശനത്തിന്റേയുംപിൽക്കാല ദിശകൾ നിർണ്ണയിക്കുന്നതിലും ഇത്തരം തുറന്ന പ്രസ്താവനകൾക്ക് പ്രധാന പങ്കുണ്ട്.

മതം, ജാതി, കുടുംബം, സമൂഹം, രാഷ്ട്രീയം, സമ്പത്ത്, വിദ്യാഭ്യാസം, ദർശനം, ഭാഷണം എന്നിങ്ങനെ നാനാതലങ്ങളിലേയും ജീവിത മേഖലകളിലേയും സംഘർഷാത്മക പ്രശ്നങ്ങൾ ഔചിത്യ ചിന്തയൊന്നും നോക്കാതെ ആഖ്യാനത്തിൽ പരിഗണിക്കപ്പെടുന്നുണ്ട്. പരസ്പരം ബന്ധപ്പെട്ടും അല്ലാതെയും സാമൂഹികമേഖലകളിൽ പടരുന്ന എണ്ണമറ്റ വൈരുദ്ധ്യങ്ങളുടേയും അവ തമ്മിലുള്ള നിലയ്ക്കാത്ത സംഘർഷങ്ങളുടേയം മുമ്പിൽ പകച്ചു നിൽക്കുന്ന ഇന്ദുലേഖാ നിരൂപണംഎക്കാലത്തേയും സഹതാപമർഹിക്കുന്ന കാഴ്ച്ചവസ്തുവായതിൽ അത്ഭുതപ്പെടാനൊന്നുമില്ല !

ഇന്ന് സാമ്രാജ്യത്വ ആഗോളീകരണത്തിന് പൂർണ്ണമായും കീഴ്പ്പെട്ട ഒരു സമൂഹത്തിന് സാമ്രാജ്യത്വാശ്രിതത്വത്തിന്റെ പേരിൽ ഇന്ദുലേഖയെ കുറ്റപ്പെടുത്താൻ യാതൊരു അവകാശവുമില്ല. ഇന്ദുലേഖയിൽ സങ്കൽപ്പിക്കപ്പെടുകയോ നിർദ്ദേശിക്കപ്പെടുകയോ ചെയ്യാത്ത അടിസ്ഥാന മാറ്റങ്ങളൊന്നും പുതുതായി വിഭാവനം ചെയ്യാൻ ഇക്കഴിഞ്ഞ ഒരു നൂറ്റാണ്ട്കാലത്തിനിടയിൽ സമൂഹമനസ്സ് പ്രാപ്തമായിട്ടില്ല. വിദ്യാഭ്യാസം, വ്യവസായം, മതം, ജാതി, ഭാഷ, സംസ്കാരം, വ്യാപാരം, വാർത്താവിനിമയം, ശാസ്ത്രം, കല, മുതലാളിത്തം, ജനാധിപത്യം, കുടുംബം, സ്വാതന്ത്ര്യബോധം -- സമൂഹത്തിന്റെ ആന്തരതലങ്ങളേയും ബാഹ്യതലങ്ങളേയും ഒരു പോലെ ബാധിക്കുന്ന വ്യത്യസ്തങ്ങളായ ഈ വിഷയങ്ങളിൽ ഒന്നിൽ പോലും നോവൽ മുമ്പ് വരഞ്ഞു വെച്ച രൂപരേഖ അതിലംഘിക്കപ്പെട്ടിട്ടില്ലെന്നത് ഏറ്റവും പ്രധാനമാണ്. ഇതെന്തുകൊണ്ടെന്നത് ഇന്ദുലേഖാ വിമർശനം വർത്തമാനകാലത്ത് ഉയർത്തേണ്ട ഒരു പ്രധാനപ്രശ്നവുമായിത്തീർന്നിരിക്കുന്നു.

(2021 സെപ്തംബർ)

സാംസ്കാരിക ഭൂതകാലത്തിന്റെ രാഷ്ട്രീയപാഠങ്ങൾ

ഭൂതകാലാനുഭവങ്ങളിൽനിന്ന് നമുക്ക് ഒട്ടേറെ പാഠങ്ങൾ പഠിക്കാനുണ്ട്. പത്തൊൻപതാം ശതകത്തിൽ ഏറെ പരിമിതികൾക്കിടയിലും ആർജ്ജിക്കാൻ കഴിഞ്ഞ സാംസ്കാരികൗന്നത്യങ്ങളെ, വർത്തമാനകാലത്തിന്റെ അവസ്ഥയുമായി താരതമ്യം ചെയ്യുന്നത് ഗുണകരമാണ്. സാംസ്കാരിക ചരിത്രത്തിന്റെ രാഷ്ട്രീയ പാഠങ്ങളെ 'ഗൃഹാതുര ചിന്ത'കളായും 'ഭൂതകാലപ്രണയ'മായും കണക്കാക്കി നിരാകരിക്കാനുള്ള പ്രേരണ ഇന്ന് ശക്തമാണ്.

പത്തൊൻപതാം നൂറ്റാണ്ടിൽ സാംസ്കാരികമായ പുത്തനുണർവ്വുകളുടെ പ്രകടമായ ലക്ഷണങ്ങൾ വടക്കെ മലബാറിൽ കണ്ടുതുടങ്ങി. ഇന്ന് പിൻതിരിഞ്ഞു നോക്കുമ്പോൾ ഇവയിൽ സുപ്രധാനമായ മൂന്ന് സംഭാവനകളെ നൂറ്റാണ്ടിന്റെ പ്രതിനിധാനങ്ങളെന്ന നിലയിൽ വേർതിരിച്ച് കാണാൻ കഴിയും.

1. ഹെർമൻ ഗുണ്ടർട്ടിന്റെ മലയാളഭാഷാവ്യാകരണവും (1851) മലയാളം-ഇംഗ്ലീഷ് നിഘണ്ടുവും (1872).
2. വില്ല്യം ലോഗന്റെ മലബാർ മാന്വൽ (1887).
3. ഒ. ചന്തുമേനോന്റെ ഇന്ദുലേഖ (1889).

ഗുണ്ടർട്ടിന്റെ ആധികാരികവും സമഗ്രവുമായ വ്യാകരണ ഗ്രന്ഥത്തിന്റെയും നിഘണ്ടുവിന്റെയും രചനക്ക് പിന്നിൽ ദീർഘകാലത്തെ അന്വേഷണങ്ങളും, ആഴമേറിയ പാണ്ഡിത്യവുമുണ്ട്. മലബാറിന്റെ ഭൂമിശാസ്ത്രത്തേയും സാമൂഹ്യ-സാമ്പത്തിക-സാംസ്കാരിക സ്ഥിതിഗതികളെയും ചരിത്രപരമായ പ്രത്യേകതകളെയും രാഷ്ട്രീയ പരിണാമങ്ങളെയും ലോഗൻ മാന്വലിന്റെ രണ്ട് വാല്യങ്ങളിൽ സംക്ഷേപിച്ച് പ്രതിപാദിച്ചു.

ചന്തുമേനോനാകട്ടെ മലയാളത്തിലെ 'ലക്ഷണയുക്തമായ' ആദ്യനോവലിന്റെ രചനയിൽത്തന്നെ പുതിയ 'ജനാധിപത്യ'ത്തിന്റെ രാഷ്ട്രീയപാഠങ്ങൾ നിർദ്ദേശിക്കുകയും ചെയ്തു.

സാമൂഹ്യശാസ്ത്രപരവും സാംസ്കാരികവും രാഷ്ട്രീയവുമായ ചില സവിശേഷതകൾ പത്തൊൻപതാം ശതകത്തിലെ ഈ വ്യത്യസ്ത രചനകളെ സമാനങ്ങളും പരസ്പരം ബന്ധമുള്ളവയും ആക്കിത്തീർക്കുന്നുണ്ട്. ഭാഷ, സാഹിത്യം, സംസ്കാരം ഇവയുടെ പുരോഗതിക്കുള്ള ചിലരുടെ പ്രത്യേക സംഭാവനകളായി മാത്രം ഈ രചനകളെ ചുരുക്കിക്കാണാൻ കഴിയില്ല. കേവലമായ പ്രാദേശികതയുടെ - വടക്കെ മലബാറിന്റെ - സ്വത്വപ്രശ്ന മായോ, സവിശേഷ വ്യക്തിത്വങ്ങളുടെ - 'പ്രതിഭ'യുടെ - ആവിഷ്കാര രൂപങ്ങളായോ, ഈ കൃതികൾ ഒറ്റപ്പെട്ട് നില്ക്കുന്നില്ല. ഒരു നൂറ്റാണ്ടിന്റെ ധൈഷണികവും സർഗ്ഗാത്മകവുമായ നിഭൃതസത്തകളെയാകെ ഉൽഗ്രഥിക്കുകയും ഉൾക്കൊള്ളുകയും ചെയ്തതിന്റെ ഫലങ്ങളാണവ. ഇരുപതാം നൂറ്റാണ്ടിലെ സാമൂഹ്യപരിവർത്തനങ്ങൾക്ക് തുടക്കം കുറിക്കുന്ന രാഷ്ട്രീയ മാറ്റത്തെക്കുറിച്ചുള്ള വ്യക്തമായ സൂചനകൾ, അവയിൽ ബീജരൂപത്തിൽ സന്നിഹിതമായുണ്ട്. പ്രാദേശികതയുടെ തനിമകളെ സ്വീകരിച്ചും, ജാതി-മത-വംശഭേദങ്ങളെ നിരാകരിച്ചും സാർവ്വലൗകികമായ ഒരു വൈജ്ഞാനിക ലോകത്തേക്കുള്ള പ്രവേശനത്തിന് അവ അനുകൂലസാഹചര്യം സൃഷ്ടിച്ചു. ഒരേസമയം ദേശീയതയുടെയും സാർവ്വദേശീയതയുടെയും മാനദണ്ഡങ്ങളോട് നീതി പുലർത്താൻ അവയ്ക്ക് അന്നും ഇന്നും ഒരുപോലെ കഴിയുന്നുണ്ട്.

വരമൊഴിക്ക് തുല്യമായോ അതിലധികമായോ ഉള്ള പ്രാധാന്യം വാമൊഴിക്ക് നല്കുന്ന രചനകളാണ് ഗുണ്ടർട്ടിന്റെ വ്യാകരണവും നിഘണ്ടുവും. ഒറ്റ നോട്ടത്തിൽ 'നിരുപദ്രവകര'വും 'നിഷ്കളങ്കവു'മായ ഒരു യാഥാർത്ഥ്യമാണിത്. എന്നാൽ സംസാരഭാഷയ്ക്ക് തന്റെ കൃതികളിൽ ഉടനീളം ഗുണ്ടർട്ട് കല്പിച്ച പ്രാധാന്യത്തിന്റെ പശ്ചാത്തലത്തിൽവേണം ഇതിനെ വിലയിരുത്താൻ. അന്നത്തെ സാഹചര്യത്തിൽ രാഷ്ട്രീയമായ പല അർത്ഥതലങ്ങളും 'വായ്മൊഴി'ക്ക് പുതുതായി കൈവന്ന പ്രാധാന്യത്തിനുണ്ടെന്ന് ഇന്ന് തിരിച്ചറിയാൻ കഴിയും. ജാതി-ജന്മി-നാട്ടുവാഴിത്ത സമൂഹത്തിൽ നിലവിലുണ്ടായിരുന്ന കർശനമായ വ്യവസ്ഥകളെയും വേർതിരിവുകളെയും ഭേദിക്കാനുള്ള ഉപകരണമായി വായ്മൊഴി, ഇവിടെ ഉപയോഗിക്കപ്പെടുകയാണ്. ഗുണ്ടർട്ട് നിത്യജീവിതത്തിലൂടെയും കൃതികളിലൂടെയും മറ്റും സ്ഥാപിച്ചെടുത്ത ഭാഷാപരമായ സാഹോദര്യം എന്ന ആശയത്തിന്റെ തുടർച്ചകളാണ് സ്വാതന്ത്ര്യത്തെക്കുറിച്ചും സമത്വത്തെക്കുറിച്ചും മനുഷ്യസാഹോദര്യത്തെക്കുറിച്ചുമുള്ള നവീനചിന്തകളായി പില്ക്കാലകേരളത്തിൽ വളർന്ന് ശക്തിപ്പെട്ടത്.

സംസ്കൃതഭാഷയുടെ പ്രാമാണ്യം ഗുണ്ടർട്ട് കൃതികളിൽ ലംഘിക്കപ്പെടുന്നതെങ്ങനെയെന്നറിയാൻ, അവയുടെ ഉള്ളടക്കത്തെയും ഘടനകളെയും കുറിച്ച് ആഴത്തിലുള്ള പരിശോധന ആവശ്യമാണ്. അതിന് സഹായകമായ ചില നിരീക്ഷണങ്ങൾ കുറിക്കുക മാത്രമാണ് ഇവിടെ ചെയ്തത്. ബാസൽമിഷന്റെ പ്രചാരകനായി വന്ന ഒരു ജർമ്മൻമിഷണറി, കേരളത്തിന്റെ ചരിത്രത്തിലും, ഐതിഹ്യങ്ങളിലും, പഴഞ്ചൊല്ലുകളിലും, നാടൻ പദപ്രയോഗങ്ങളിലും ഇത്രയും തീവ്രമായ താല്പര്യം കാണിക്കുന്നത്, നമ്മെ ഇന്നും അത്ഭുതപ്പെടുത്തുന്നു. സ്കൂൾ പാഠപുസ്തകങ്ങളുടെ നിർമ്മാണത്തിലും വ്യാകരണ-നിഘണ്ടുക്കളുടെ രചനയിലും ആദ്യത്തെ വർത്തമാനപത്രത്തിന്റെ പ്രസാധനത്തിലും ഗാഢമായി മുഴുകുന്നു. കൈയെഴുത്ത് രൂപത്തിലുള്ള തലശ്ശേരിരേഖകൾ മുഴുവൻ സമാഹരിക്കുകയും, ആധുനിക മലയാളഗദ്യത്തിന്റെ മാതൃകകളായി അവയെ വിലയിരുത്തുകയും ചെയ്യുന്നു. കേവലമായ മതപ്രചാരണത്തിന്റെ നിർവ്വചനങ്ങളെയെല്ലാം അതിവർത്തിക്കുന്നവിധത്തിൽ താൻ ജീവിച്ച സ്ഥലത്തോടും കാലത്തോടും മനുഷ്യരോടും പുലർത്തിയ ആഴമേറിയ ആത്മബന്ധത്തിന്റെ വേരുകൾ നവോത്ഥാനാശയങ്ങളിലാണ് നാം തിരയേണ്ടത്. ഗുണ്ടർട്ട് തുടങ്ങിവെച്ച ഭാഷയുടെയും സംസ്കാരത്തിന്റെയും ജനാധിപത്യവല്ക്കരണം, കേരളീയസമൂഹത്തിന്റെ ജനാധിപത്യവൽക്കരണത്തിന്റെ മുന്നോടിയാണ്. കാഡ്വലിന്റെയും ബെഞ്ചമിൻ ബെയ്ലിയുടെയും മറ്റും മുൻകാല ശ്രമങ്ങൾ ഗുണ്ടർട്ടിന് ആവശ്യമായ ചരിത്രപശ്ചാത്തലം ഒരുക്കിയിരുന്നുവെന്നത് യാഥാർത്ഥ്യമാണ്.

വില്ല്യം ലോഗന്* അഭിമുഖീകരിക്കേണ്ടിവന്നത് കുറെക്കൂടി സങ്കീർണ്ണവും പ്രതിലോമകരവുമായ രാഷ്ട്രീയ സാഹചര്യങ്ങളെയാണ്. ബാസൽ മിഷൻ മേലധികാരികളുടെ നിരീക്ഷണങ്ങളെയും പരിശോധനകളെയും മറികടക്കാൻ, ഹെർമൻ ഗുണ്ടർട്ട് ഭാഷാപഠനത്തിലെയും ഗവേഷണത്തിലെയും സാങ്കേതിക പ്രശ്നങ്ങളെത്തന്നെയാണ് പലപ്പോഴും മറയാക്കി ഉപയോഗിച്ചത്. തന്റെ സഹജമായ ഭാഷാസ്നേഹവും നിത്യജനസമ്പർക്കവും കൊണ്ട് അദ്ദേഹം എല്ലാ പ്രയാസങ്ങളെയും അതിജീവിച്ചു. ബ്രിട്ടീഷ് സാമ്രാജ്യത്വത്താൽ മുൻകൂട്ടി നിർണ്ണയിക്കപ്പെട്ടതും കൃത്യമായി നിർവ്വചിക്കപ്പെട്ടതുമായ ഭരണാധികാരച്ചുമതലയാണ് ലോഗന് നിറവേറ്റേണ്ടിയിരുന്നത്. പഴശ്ശിസമരങ്ങളുടെ പരാജയത്തിനും ടിപ്പുസുൽത്താനുമായുണ്ടാക്കിയ ഉടമ്പടിക്കും ശേഷം, മലബാറിൽ ബ്രിട്ടീഷ് അധികാരം വെല്ലുവിളികളില്ലാത്തതായി. ലോഗനെപ്പോലുള്ള ഭരണാധികാരികളുടെ ഉത്തരവാദിത്തം ഇത് ഗണ്യമായി വർദ്ധിപ്പിച്ചു. ബ്രിട്ടീഷ് സാമ്രാജ്യത്വത്തിന്റെ സാമ്പത്തികവും രാഷ്ട്രീയവുമായ താല്പര്യങ്ങളുമായും ഔദ്യോഗിക ജോലി നിർവ്വഹണത്തിന്റെ ആവശ്യവുമായും

പൊരുത്തപ്പെടുത്തി മാത്രമേ, ലോഗന് മലബാർ മാന്വലിന്റെ രചന പൂർത്തീകരിക്കാൻ സാധിക്കുമായിരുന്നുള്ളു. ഉദാരമാനവികതയേയും, സ്വതന്ത്രചിന്തയേയും, സമത്വസങ്കല്പത്തേയും നവോത്ഥാനത്തിന്റെ ആശയപ്രമാണങ്ങളെന്ന നിലയിൽ, മനസ്സുകൊണ്ട് ഉൾക്കൊള്ളാനാഗ്രഹിച്ച ഒരു ബ്രിട്ടീഷ് ഉദ്യോഗസ്ഥന് എളുപ്പത്തിൽ എതിരിട്ട് ജയിക്കാൻ സാധിക്കുന്ന സമ്മർദ്ദങ്ങളെയല്ല, രചനയിൽ അന്ന് നേരിടേണ്ടിവന്നത്. തന്റെ വ്യക്തിത്വത്തിന്റെ ഭാഗമായ സഹൃദയത്വവും, വിജ്ഞാനതൃഷ്ണയും, സാമ്രാജ്യത്വതാല്പര്യങ്ങളുമായി പൊരുത്തപ്പെടാത്തതിന്റെ സംഘർഷങ്ങൾ ലോഗന്റെ ആഖ്യാനകലയെത്തന്നെ നിർണ്ണായകമായി സ്വാധീനിച്ചിട്ടുണ്ട്. ഒരു അക്കാദമിക ഗവേഷണത്തിന്റെ സത്യസന്ധതയോടെ, വസ്തുനിഷ്ഠതയെ പിന്തുടരാനും, കോളണി രാജ്യത്തിലെ ഭാഷയോടും സംസ്കാരത്തോടും ചരിത്രത്തോടും സാധ്യമാവുന്നിടത്തോളം പ്രതിബദ്ധത പുലർത്താനും ആത്മാർത്ഥമായി ശ്രമിച്ചതിന്റെ ഫലമാണ് മലബാർ മാന്വൽ. ഇതിനിടയിൽ ബ്രിട്ടീഷ് സാമ്രാജ്യത്വത്തിന്റെ സാമ്പത്തിക-രാഷ്ട്രീയ താല്പര്യങ്ങളെയും, മലബാറിന്റെ സാമൂഹ്യവും സാംസ്കാരികവുമായ പിന്നോക്കാവസ്ഥയേയും കൃത്യമായി രേഖപ്പെടുത്തുന്ന സ്ഥിതിവിവരക്കണക്കുകളും, ഭൂപടങ്ങളും യാഥാർത്ഥ്യബോധത്തോടെ മാന്വലിൽ ഉൾക്കൊള്ളിച്ചിരിക്കുന്നു. ഇംഗ്ലീഷ് ബൂർഷ്വാസി ജന്മരാജ്യത്ത് നടപ്പാക്കുന്ന 'ജനാധിപത്യ'വ്യവസ്ഥയും, കോളണിയിലെ ജനങ്ങളുടെ മേൽ അത് നിർബ്ബന്ധപൂർവ്വം അടിച്ചേല്പിക്കുന്ന ചൂഷണവ്യവസ്ഥയും തമ്മിലുള്ള വൈരുദ്ധ്യങ്ങളുടെയും, സംഘർഷങ്ങളുടെയും ആഖ്യാനമായി മാന്വലിനെ വിശകലനങ്ങൾക്ക് വിധേയമാക്കാവുന്നതാണ്.

ഇന്ദുലേഖയെക്കുറിച്ച് ധാരാളം പ്രബന്ധങ്ങളും നിരീക്ഷണങ്ങളും കഴിഞ്ഞ ഒരു ശതകത്തിനുള്ളിൽ എഴുതപ്പെട്ടിട്ടുണ്ട്. നോവൽ ഉൾക്കൊള്ളുന്ന ആശയപ്രമാണങ്ങളെയും, ആവിഷ്കരണത്തിലെ കലാത്മകതയേയും കുറിച്ചുള്ള വിലയിരുത്തലുകളാണ് അധികവും. ആധുനിക സ്ത്രീവിദ്യാഭ്യാസത്തിന്റെ പ്രസക്തി, ബ്രിട്ടീഷ് ഭരണത്തിന്റെ സദ്ഫലങ്ങൾ. ശാസ്ത്രീയ ചിന്താഗതിയുടെ ആവശ്യം, സ്ത്രീപുരുഷ പ്രണയത്തെ അടിസ്ഥാനമാക്കിയുള്ള പുതിയ കുടുംബസങ്കല്പം -ഇന്ദുലേഖാനിരൂപണം, നൂറുവർഷത്തിന് ശേഷവും തുടങ്ങിയേടത്ത് തന്നെ അവസാനിക്കുന്നത് നോവലിൽ മറയില്ലാതെ പ്രകടിപ്പിക്കപ്പെടുന്ന ഇത്തരം പ്രശ്നങ്ങളെ അധികരിച്ചുള്ള ചർച്ചകളിലാണ്. ഒരുതരം ലളിതവൽക്കരണങ്ങളോ, ന്യൂനീകരണങ്ങളോ ആണ് അവയിൽ പലതും. കഴിഞ്ഞ നൂറിൽപ്പരം വർഷത്തെ ഇന്ത്യയുടെ രാഷ്ട്രീയ അജണ്ടയെ സൂക്ഷ്മമായി നിർണ്ണയിക്കാനും, പ്രാധാന്യക്രമത്തോടെ അവയെ നിർദ്ദേശിക്കാനും ഒരു നോവലിന് മുൻകൂട്ടി സാധിച്ചത് ഒട്ടും ചെറിയ

കാര്യമല്ല. സാമ്രാജ്യത്വാശ്രിതത്വത്തെയും, ഇംഗ്ലീഷ് വിദ്യാഭ്യാസത്തിന്റെ അനിവാര്യതയേയും കുറിച്ച് പറയേണ്ടിവരുമ്പോഴെല്ലാം ഒരുതരം ശിശുസഹജമായ നിഷ്കളങ്കത നോവലിൽ പ്രകടിപ്പിക്കപ്പെടുന്നുണ്ട്. ഇതിൽ ലജ്ജിക്കേണ്ടതായി എന്തെങ്കിലുമുണ്ടെന്ന് ചന്തുമേനോന്റെ കാലത്തെന്നപോലെ, ആഗോളീകരണ കാലഘട്ടത്തിലും നമ്മുടെ മധ്യവർഗ്ഗമനസ്സുകൾക്ക് തോന്നാനിടയില്ല. യഥാർത്ഥത്തിൽ സാമ്രാജ്യത്വാശ്രിതത്വത്തിന്റെയും പൂർണ്ണമായ അർത്ഥത്തിലുള്ള ബൂർഷ്വാവൽക്കരണത്തിന്റെയും ആത്മാർത്ഥവും കലാപരവുമായ ആവിഷ്കരണമാണതെന്ന കണ്ടെത്തലാണോ, ഇന്ദുലേഖയെ മധ്യവർഗ്ഗമനസ്സുകളിൽ ഇത്രയും കാലം ജീവിപ്പിച്ച് നിലനിർത്തിയത്? പരിശോധിക്കപ്പെടേണ്ട വിഷയമാണ് ഇത്.

ഇതോടൊപ്പം പരിഗണിക്കേണ്ട മറ്റ് ചില വസ്തുതകൾ കൂടിയുണ്ട്. ഇന്ദുലേഖ പോലുള്ള ഒരു നോവൽ മലയാളത്തിൽ ഉണ്ടാവാനിടയായതിന്റെയും, നൂറിൽപ്പരം വർഷങ്ങളിൽ വ്യത്യസ്തമായ രീതികളിൽ വായിക്കാൻ ഇടയായതിന്റെയും ചരിത്രപശ്ചാത്തലത്തിൽ അവ പ്രസക്തങ്ങളാണ്. പരസ്പരവിരുദ്ധങ്ങളായ രണ്ട് സാംസ്കാരികധാരകളെ ഇന്ദുലേഖ തുല്യപ്രാധാന്യത്തോടെ ഉൾക്കൊള്ളുന്നുണ്ട്. പരസ്പര സംഘർഷത്തിലും, ഉഭയ സന്ധികളിലും നോവലിൽ മാറിമാറി ഏർപ്പെടുന്ന സാംസ്കാരികധാരകൾ ഇവയാണ്:

ഒന്ന്: ഭാഷയുടെ അടിമത്തത്തേയും സാമ്പത്തികവിധേയത്ത്വത്തേയും രാഷ്ട്രീയാശ്രിതത്ത്വത്തേയും അംഗീകരിക്കാത്ത സ്വാതന്ത്ര്യത്തിന്റെ ഒരു തലം നോവലിൽ അടിയൊഴുക്കായി പ്രവർത്തിക്കുന്നുണ്ട്. കേരളത്തിന്റെ തനതായ ഭൂപ്രകൃതിയും, ജീവിത സമ്പ്രദായങ്ങളും, പെരുമാറ്റ രീതികളും, ഉടുപ്പിലും നടപ്പിലുമുള്ള പ്രത്യേകതകളും, ഭാഷാപരമായ ലാളിത്യവും എല്ലാം ചേർന്ന് സൃഷ്ടിക്കുന്ന സാംസ്കാരികതലം; സാങ്കല്പികവും വൈകാരികവുമായ ലോകമാണിത്. ഹൃദയബന്ധങ്ങൾക്കാണ് ഇവിടെ പ്രാധാന്യം. 'യുക്തിചിന്ത'യും പ്രത്യയശാസ്ത്രപ്രമാണങ്ങളുമൊന്നും ചെന്നെത്താത്ത ഈ ലോകം സംസ്കൃതത്തിന്റെയും ഇംഗ്ലീഷിന്റെയും ആചാരമര്യാദകളെ ഭാവനയിൽ നിഷേധിക്കുകയും സ്വതന്ത്രമായ അസ്തിത്വമുള്ള ഒരു സാംസ്കാരികസ്വത്വത്തെ രൂപീകരിക്കുകയും ചെയ്യുന്നു. എതിരിടുന്ന യാഥാർത്ഥ്യത്തെ, ചിരികൊണ്ടോ രോഷംകൊണ്ടോ നേരിടുന്നു. തീവ്രവികാരങ്ങൾ വിധ്വംസകഭാവം ആർജ്ജിക്കുന്നു. പെട്ടെന്നുണ്ടാകുന്ന അടുപ്പങ്ങളെയും അകൽച്ചകളെയും ഒരുപോലെ ഭയപ്പെടുന്നു. നിഗൂഢതകളെ അഗൂഢമാക്കി മാറ്റുന്നു. അധികാര ബന്ധങ്ങളെ ശിഥിലമാക്കുന്നു. അരാജകത്വത്തെ സഹജവാസനയുടെ ഭാഗമാക്കിത്തീർക്കുന്നു. ഭാഷയിലെയും സംസ്കാരത്തിലെയും

വരേണ്യതകളെ-തത്സമപദങ്ങളെയും ആഢ്യസ്ഥാനത്ത് ഇരിപ്പുറപ്പിച്ച ആളെയും-അത് പരിഹാസ്യമാക്കിത്തീർക്കുന്നു.

രണ്ട്: ജന്മിത്തത്തിന്റെയും നാട്ടുവാഴിത്തത്തിന്റെയും അവശിഷ്ടഭാരം പേറുന്ന 'അസ്വാതന്ത്ര്യ'ത്തിന്റെ തലം. മധ്യവർഗ്ഗ മനസ്സിലെ വൈരുദ്ധ്യങ്ങളും താല്പര്യസംഘർഷങ്ങളും, നോവലിന്റെ ആഖ്യാനത്തെ പലപ്പോഴും അസ്വതന്ത്രമാക്കിത്തീർക്കുന്നുണ്ട്. ഫ്യൂഡൽ സമ്മർദ്ദങ്ങളും, ആചാരമര്യാദകളും ചേർന്ന് സൃഷ്ടിക്കുന്ന 'അസ്വതന്ത്ര'ലോകത്ത് പരമമായ ആശ്രിതത്ത്വത്തിനും വിധേയമനോഭാവത്തിനും മാത്രമേ നിലനില്പുള്ളൂ. പദങ്ങളെയും വാക്യഘടനകളെയും ഭാഷാശൈലികളെയും വർണ്ണനകളെയുമെല്ലാം അത് ആവേശിക്കുകയും ഒരു പരിധിവരെ മാറ്റിത്തീർക്കുകയും ചെയ്യുന്നുണ്ട്. സംസ്കൃതവും വരേണ്യസംസ്കാരവും ചേർന്ന് സൃഷ്ടിക്കുന്ന ആചാരബദ്ധമായ ഈ ലോകത്തിലാണ്, നോവലിലെ അധികാരബന്ധങ്ങൾ രൂപപ്പെടുന്നത്. തികച്ചും അസ്വതന്ത്രമായ ഒരു സാംസ്കാരികസ്വത്വമാണ്, ഇതിലൂടെ രൂപീകരിക്കപ്പെടുന്നത്.

ഇന്ദുലേഖയിൽ തുല്യശക്തികളായി പരസ്പരസംഘർഷത്തിലേർപ്പെടുന്ന ഈ വ്യത്യസ്ത സാംസ്കാരികധാരകളാണ്, ഇരുപതാം നൂറ്റാണ്ടിൽ ദേശീയ പ്രസ്ഥാനത്തിന്റെയും കമ്മ്യൂണിസ്റ്റ് പ്രസ്ഥാനത്തിന്റെയും, ജാതി-മത-സ്വത്വപ്രസ്ഥാനങ്ങളുടെയും മറ്റും വ്യത്യസ്ത രൂപങ്ങൾ ധരിച്ച് കേരളീയ സമൂഹത്തിൽ വളർന്ന് ശക്തിപ്പെട്ടത്. അവ പലപ്പോഴും കാല്പനികഭാവം കൈവിട്ട്, ഹിംസാത്മകമായ സാമൂഹ്യസംഘർഷങ്ങളുടെ സ്വഭാവം ആർജ്ജിക്കുന്നത് നമ്മുടെ വർത്തമാനകാലാനുഭവമാണ്.

(2015 ജനുവരി)

●

* മലബാർ മാന്വലിനെക്കുറിച്ച് ഗവേഷണം ചെയ്ത സി. പത്മനാഭനുമായി നടത്തിയ ചർച്ചകൾ, ഈ നിരീക്ഷണങ്ങൾക്ക് സഹായകമായിട്ടുണ്ട്.

'ആഖ്യാനമൂല്യ'ത്തെക്കുറിച്ചുള്ള ആലോചനകൾ

ഒന്ന്

ഇന്ദുലേഖയുടെ ആഖ്യാനത്തിൽ പണം മറവുകളില്ലാതെ പ്രത്യക്ഷപ്പെടുന്നു. പണത്തോടുള്ള താല്പര്യം നിഷ്കളങ്കമായി പ്രകടിപ്പിക്കപ്പെടുന്നു. ഇതിൽ അത്ഭുതപ്പെടേണ്ടതായി ഒന്നുമില്ല. പണത്തിന്റെ സ്രോതസ്സുകൾ ആഖ്യാനത്തിന്റെയും സ്രോതസ്സുകളായിത്തീരുന്നു. ആദിമസഞ്ചയഘട്ടത്തിൽ (Primitive Accumulation of Capital) പണമൂലധനത്തിന് സങ്കീർണ്ണതകളും തടസ്സങ്ങളുമില്ല. ശിശുസഹജമായ നിഷ്കളങ്കതയോടെ അത് എവിടെയും കടന്നു ചെല്ലുന്നു. സ്ഥൂലമായും സൂക്ഷ്മമായും ആഖ്യാനത്തെ നിർമ്മിക്കുകയും പുതുക്കിപ്പണിയുകയും ചെയ്യുന്നു.

രണ്ട്

പണം ഇന്ദുലേഖയുടെ ആഖ്യാനത്തിൽ കേന്ദ്രസ്ഥാനത്തുണ്ട്. പണത്തോടുള്ള ആഭിമുഖ്യത്തെയും ആസക്തിയേയും അടയാളപ്പെടുത്താൻ നോവലിന് കഴിയുന്നു. അടുപ്പവും അകൽച്ചയും ഉയർച്ചതാഴ്ച്ചകളും പണത്താൽ നിർണ്ണയിക്കപ്പെടുന്നു. പ്രണയത്തെയും ദയയേയും ഔദാര്യത്തേയും വളർത്തുന്ന ശക്തിയായി പണം അവതരിപ്പിക്കപ്പെടുന്നു. ലുബ്ധിനേയും ദുർവ്യയത്തേയും പാപങ്ങളായി കണക്കാക്കുന്നു. ശാസ്ത്രീയചിന്തയേയും യുക്തിചിന്തയേയും രാഷ്ട്രീയാദർശങ്ങളേയും കലവറകൂടാതെ പിന്തുണയ്ക്കുന്നു. ജാതി-മതചിന്താഗതികളുമായി സ്നേഹ-ദ്വേഷബന്ധത്തിലേർപ്പെടുന്നു. സ്വയം ഒരധികാര കേന്ദ്രമായിത്തീരാൻ ധൈര്യം കാട്ടുകയും അധികാരശക്തി പ്രയോഗിക്കാൻ ഒരുങ്ങുകയും ചെയ്യുന്നു.

മൂന്ന്

നൂറ്റിയിരുപത്തഞ്ചു വർഷത്തെ വായനാ ചരിത്രം ഇന്ദുലേഖ പിന്നിട്ടു കഴിഞ്ഞിരിക്കുന്നു. നിരൂപകരുടെയും സാധാരണ വായനക്കാരുടെയും വ്യത്യസ്ത അഭിപ്രായങ്ങളെ വ്യത്യസ്തകാലങ്ങളിൽ ഇന്ദുലേഖ നേരിട്ടിട്ടുണ്ട്. ആഗോളീകരണം ഇന്ദുലേഖയ്ക്ക് മുന്നിൽ പുതിയ വെല്ലുവിളികളുയർത്തിയിരിക്കുന്നു. ജാതി-മത-പ്രാദേശിക സ്വത്വരൂപങ്ങൾ നോവലിൽ നിന്ന് 'കണ്ടെടുക്കാനു'ള്ള 'തീവ്രപരിശ്രമ'ങ്ങളാണ് ഉണ്ടാവുന്നത്. 'സംസ്കാരരാഷ്ട്രീയം' മുൻനിർത്തപ്പെടുന്നു. വർഗ്ഗരാഷ്ട്രീയം പിന്തള്ളപ്പെടുന്നു. സാമ്പത്തികവും രാഷ്ട്രീയവുമായ ഘടകങ്ങൾ ഒഴിവാക്കപ്പെടുന്നു. കേവലസങ്കല്പങ്ങളെയും ഊഹങ്ങളെയും മാത്രം ആശ്രയിച്ചുള്ള പരികല്പനകൾ പ്രചാരം നേടുന്നു. നോവൽ നിരൂപണത്തിൽ അവ അടിച്ചേല്പിക്കപ്പെടുന്നു.

നാല്

ഇന്ന് വിപരീത സാഹചര്യങ്ങൾക്കിടയിലും ഇന്ദുലേഖയുടെ ആഖ്യാനത്തിൽ പണം നിർണ്ണായക ശക്തിയാണെന്ന സത്യം തിരിച്ചറിയാൻ കഴിയുന്നുണ്ട്. ബ്രിട്ടീഷ് സാമ്രാജ്യത്ത്വത്തോടുള്ള ആശ്രിതത്വ മനോഭാവത്തിന്റെ കലാപരമായ ആവിഷ്ക്കാരമാണതെന്ന് അതിശയോക്തി കൂടാതെ പറയാൻ കഴിയും. സാമ്രാജ്യത്വ ആഗോളീകരണം ധനമൂലധനത്തിന്റെ സമ്പൂർണ്ണ അധിനിവേശമാണ് നടപ്പാക്കാൻ ഒരുങ്ങുന്നത്. സാമ്പത്തികവും രാഷ്ട്രീയവും സാംസ്കാരികവുമായ അസമത്വങ്ങളെ കുറെക്കൂടി യാഥാർത്ഥ്യബോധത്തോടെ മനസ്സിലാക്കാൻ ഇന്ന് നമുക്ക് കഴിയും. ഇന്ദുലേഖ ആത്യന്തികമായി, സാമ്പത്തികമായ ഒരു വർഗ്ഗരൂപീകരണത്തിന്റെയും മറ്റൊരു വർഗ്ഗത്തിന്റെ ശിഥിലീകരണത്തിന്റെയും കഥയാണെന്ന് സൂക്ഷ്മമായ വായന നമ്മെ ബോധ്യപ്പെടുത്തും.

അഞ്ച്

പണമൂലധന വ്യവസ്ഥയുടെ പരിക്രമണം സൂക്ഷ്മമായും വിശദമായും ഇന്ദുലേഖയിൽ വിന്യസിക്കപ്പെട്ടിരിക്കുന്നു. ആദിമമൂലധന ഘട്ടത്തിന്റെ ഊർജ്ജസ്വലതയും ചലനാത്മകതയും ആഖ്യാനത്തിന്റെ ഗതിവേഗം കൂട്ടുന്നു. സ്ഥലത്തെയും കാലത്തെയും കഥാപാത്രങ്ങളെയുമെല്ലാം ഒരു പരിക്രമണവ്യവസ്ഥക്കകത്ത് കൃത്യമായി നിബന്ധിച്ചിരിക്കുന്നു. യാദൃച്ഛികമായി സംഭവിക്കുന്ന കാര്യങ്ങൾ പോലും പൂർവ്വനിശ്ചിതമാണെന്ന് ഇന്ന് ബോദ്ധ്യപ്പെടുന്നു. പ്രണയവും മരണവും കോപവും ശപഥവും പ്രായശ്ചിത്തവും മറവിയും മോഷണവും രോഗവും സങ്കടവും ഹാസ്യവുമെല്ലാം ജാതി-ജന്മി-നാട്ടുവാഴിത്ത വ്യവസ്ഥയുടെ ജഡതയെ ഞെട്ടിച്ചുണർത്തുന്നു. ഒരു നൂതന വ്യവസ്ഥയുടെ പിറവിയെ പണം അനിവാര്യമാക്കി മാറ്റുന്നു.

ആറ്

പണത്തിന്റെ സുസ്ഥിരമായ അടിത്തറയാണ് ഇന്ദുലേഖയുടെ ആഖ്യാനത്തെ ഭദ്രമാക്കുന്നത്. പണമില്ലായ്മ, ആഖ്യാനത്തെ അരക്ഷിതമാക്കി മാറ്റുന്നു. കഥയുടെ 'പ്രവർത്തന മൂലധന'മായി പണം സങ്കല്പിക്കപ്പെടുന്നു. ആഖ്യാനത്തിന്റെ സാധ്യതകളെ പരിമിതപ്പെടുത്തുന്നതും ദിശയെ തീരുമാനിക്കുന്നതും പണത്തിന്റെ അളവാണ്. ശിന്നന്റെ വിദ്യാഭ്യാസത്തിനും പഞ്ചുമേനോന്റെ കോപത്തിനും, കേശവൻ നമ്പൂതിരിയുടെ ആത്മവിശ്വാസത്തിനും മാധവന്റെയും ഇന്ദുലേഖയുടെയും പ്രണയത്തിനും ബാബുഗോവിന്ദ്സെന്റെ ഔദാര്യത്തിനും പതിനെട്ടാമദ്ധ്യായത്തിലെ ധൈഷണിക ചർച്ചയ്ക്കും അടിത്തറയാകുന്നത് പണത്തിന്റെ സുസ്ഥിരതയാണ്. സ്വർണ്ണത്തിന്റെ പരിവേഷം സൂരി നമ്പൂതിരിയെ 'മഹാ കുബേര'നും 'ധൂർത്തി'ന്റെ ചേഷ്ടകൾ 'മഹാവിഡ്ഢിയുമാക്കിത്തീർക്കു'ന്നു. പണമില്ലായ്മ കല്ല്യാണിക്കുട്ടി ഉൾപ്പെടെയുള്ള കുടുംബാംഗങ്ങളെയും മേൽവിലാസമില്ലാത്ത ഭൃത്യജനങ്ങളെയും ശബ്ദമില്ലാത്ത അടിമകളാക്കി മാറ്റിയിരിക്കുന്നു.

ഏഴ്

ധനസ്ഥിതിയെക്കുറിച്ചുള്ള പതിവ് പ്രസ്താവംകൊണ്ട് ഇന്ദുലേഖയുടെ ആഖ്യാനം തൃപ്തിപ്പെടുകയില്ല. വരവ് ചെലവുകളുടെ കൃത്യവും വിശദവുമായ കണക്ക് കൊണ്ട് മാത്രം ആഖ്യാനം തൃപ്തിപ്പെടുന്നു. മൂലധന പരിക്രമണത്തിന്റെ പൂർണ്ണചിത്രം, അവതരിപ്പിക്കപ്പെടുന്നു. പഞ്ചുമേനോൻ കാരണവരായുള്ള പൂവള്ളി തറവാട്ടിൽ, ഇരുപത്തെട്ടായിരം പറ നെല്ല് വരുന്ന ജന്മവസ്തുക്കൾ. പതിനയ്യായിരം ഉറുപ്പിക പാട്ടം വരവ്. ചെലവ് കഴിച്ച് കെട്ടിവയ്ക്കുന്നത് അയ്യായിരം ഉറുപ്പിക. മാധവന്റെ അച്ഛൻ ഗോവിന്ദപണിക്കർക്ക് പൂവള്ളി തറവാട്ടിലെപ്പോലെ മുതൽ ഇല്ല. ചിലവ് അധികമില്ലാത്തതിനാൽ 'മിച്ചം അത്രതന്നെ ഉണ്ടാവും'. കേശവൻ നമ്പൂതിരി 'സാമാന്യം ധനികൻ'. 'കൈയിൽ സ്വന്തമായി അസാരം പണമുണ്ടായിരുന്നത് ഒരു ന്യൂല്ക്കമ്പനി ഓഹരിയിൽ ഇട്ടിരിക്കുന്നു'. ലാഭമുണ്ടാവുമെന്ന് ഉറച്ചവിശ്വാസമുണ്ട്. 'കണ്ണഴി മൂർക്കില്ലത്ത മന'യിലെ 'കുബേരന്മാരായ നമ്പൂരിപ്പാടന്മാരിൽ രണ്ടാമത്തെ ആളാണ് സൂരി നമ്പൂതിരിപ്പാട്'. 'മനവക ഒരു കാര്യവും ഇയാൾ നോക്കാറില്ല'. 'കൈയിൽ ഒരു സമയവും ഒരു കാശുപോലും ഉണ്ടാവുകയില്ല'. 'നൂറ്റിനഞ്ചു പലിശയ്ക്ക്' കടം വാങ്ങും. 'ഒടുവിൽ വസ്തു ചാർത്തേണ്ടിവരും'. 'ദ്രവ്യം മുടിക്കുന്നത് അസാരം'. 'മുന്നൂറുറുപ്പിക നൂറ്റിനഞ്ച് പലിശക്ക് കടം വാങ്ങീട്ടാണ്' ഇന്ദുലേഖയുമായി സംബന്ധത്തിന് ഒരുങ്ങി പുറപ്പെട്ടത്. മാധവന് മദിരാശിയിൽ 'സിക്രിട്ടെരിയട്ടിൽ നൂറ്റിയമ്പത് ഉറുപ്പിക ശമ്പളം' കിട്ടുന്ന

ഉദ്യോഗം. രാജ്യസഞ്ചാരത്തിന് പുറപ്പെട്ടുമ്പോൾ മാധവന്റെ കൈയിൽ ഉണ്ടായിരുന്നത് 'ഏകദേശം ഇരുന്നൂറ്റി അമ്പത് ഉറുപ്പിക നാണ്യമായും നോട്ടായും'. അച്ഛൻ കൊടുത്ത കടുക്കന് 'ഏകദേശം അഞ്ഞൂറ് ഉറുപ്പിക വില'. 'ഒരു പെരുങ്കള്ളൻ' കച്ചവടക്കാരന് അത് വിറ്റത് നൂറ്റമ്പത് ഉറുപ്പികയ്ക്ക്. ബാബുഗോവിന്ദ്സെന്നും അനുജൻ ചിത്രപ്രസാദസെന്നും 'കല്ക്കത്താവിൽ ഉള്ള കോടീശ്വരന്മാരിൽ അഗ്രഗണ്യ'ന്മാർ. ഗോപിനാഥ ബാനർജി, ഇവരുടെ കൂട്ട് കച്ചവടക്കാരൻ. ബംഗാളിലെ കുബേരനും മദിരാശിയിലെ കുബേരനും തമ്മിലുള്ള അന്തരം 'ദ്രവ്യത്തിനെ ഗുണിക്കുന്നത് കൊണ്ടറിയാം. മദിരാശിയിൽ ഒരു അഞ്ച് ലക്ഷം ഉറുപ്പികക്ക് സ്ഥിതിയുള്ളവൻ നല്ല വലിയ ഒരു പ്രഭുവായി. ബങ്കാളത്ത് അഞ്ചുലക്ഷക്കാർ നാലാംക്ലാസ്സ് ധനികന്മാരാണ്. അവിടെ അഞ്ച് കോടി ദ്രവ്യസ്ഥന്മാര് ഒരുവക നല്ല പ്രഭുക്കളായി. മഹാധനികൻ, കുബേരൻ എന്ന് സംശയം കൂടാതെ ഒരുവനെ പറയണമെങ്കിൽ അയാൾക്ക് ഒരു പതിനഞ്ചുകോടിക്ക് മേലെ ദ്രവ്യം വേണം'. "നീ എന്ത് കൊണ്ടാണ് പഠിപ്പിക്കുന്നത്? മാസത്തിൽ അമ്പത് ഉറുപ്പികയല്ലേ, നിണക്കുതരുന്നുള്ളൂ" എന്ന ചോദ്യമാണ് മാധവൻ ആദ്യ അദ്ധ്യായത്തിൽ നേരിടുന്നത്. 'മാധവൻ ഇപ്പോൾ സിവിൽ സർവ്വീസിൽ ഒരു വലിയ ഉദ്യോഗത്തിൽ ഇരിക്കുന്നു'- അവസാന അദ്ധ്യായത്തിൽ ഉത്തരം കണ്ടെത്തുന്നതോടെ പണത്തിന്റെ പ്രശ്നം പരിഹരിക്കപ്പെടുന്നു. നോവലിലെ ആഖ്യാനം പൂർണ്ണമാകുകയും ചെയ്യുന്നു.

എട്ട്

പണത്തിന്റെ രൂപാന്തരമായ സ്വർണ്ണം ആഖ്യാനത്തിൽ പ്രത്യക്ഷപ്പെടുന്നത് പ്രച്ഛന്ന വേഷത്തിലാണ്. രഹസ്യത്തിന്റെ മറവുകളിൽ. ഇത് നിഷ്കളങ്കമായി സംഭവിക്കുന്നതല്ല. ആദിമസഞ്ചയഘട്ടത്തിൽ സ്വർണ്ണത്തിന് ഒട്ടേറെ സങ്കീർണ്ണതകളും പ്രശ്നങ്ങളും നേരിടേണ്ടതുണ്ട്. പണമൂലധനത്തിന്റെ 'നിഷ്കളങ്കത' സ്വർണ്ണത്തിന് അവകാശപ്പെടാനാവില്ല. പോയകാലത്തിന്റെ പാപഭാരം മുഴുവൻ അതിന്റെ മുതുകത്തുണ്ട്. സ്വർഗ്ഗവും നരകവും മാറി മാറി വിതച്ച പാരമ്പര്യം. 'സുവർണ്ണ'ലോഹം ആഖ്യാനത്തിൽ ഏത് രൂപത്തിൽ ഒളിച്ചിരുന്നാലും അതിന്റെ മഞ്ഞച്ച പ്രകാശം മാടിവിളിക്കും. സ്വർണ്ണവും പണവും തമ്മിലുള്ള സ്നേഹ-ദ്വേഷ ബന്ധങ്ങളുടെ കാലമാണ് ആദിമമൂലധനത്തിന്റേത്. തീവ്രപ്രണയവും പകൽകൊള്ളയും ഇടകലർന്നുവരുന്ന കാലം. അടിമരാജ്യങ്ങളിലെ സുവർണ്ണ സിംഹാസനങ്ങളും അമൂല്യരത്നങ്ങളും മുഴുവനായി കവർന്നെടുത്താണ് സാമ്രാജ്യത്വം സമൃദ്ധി കെട്ടിപ്പടുത്തത്. അതിന്റെ പാപബോധം സ്വർണ്ണത്തെ എന്നും പിന്തുടരുന്നുണ്ട്. അതിനാൽ ഇന്ദുലേഖ ആഭരണങ്ങളിൽ ഭ്രമമില്ലാത്ത കുട്ടിയായിരുന്നു എന്ന

പ്രസ്താവത്തെ നിർദ്ദോഷമായി കാണാനും മുഖവിലക്കെടുക്കാനുമാവി ല്ല. സ്വർണ്ണത്തോടുള്ള ഇന്ദുലേഖയിലെ ആഖ്യാനത്തിന്റെ സമീപനം ആസക്തിയും വിദ്വേഷവും ഇടകലർന്നതാണ്. കപടരൂപങ്ങളിൽ അത് കടന്ന് വരുന്നു. മാധവന്റെ ശരീരത്തിന്റെ 'തങ്കവർണ്ണ'ത്തെക്കുറിച്ച് പറയുമ്പോഴും ഇന്ദുലേഖയുടെ ദേഹവർണ്ണനയിൽ 'പൊൻകസവിന്റെ സവർണ്ണം' ആവർത്തിക്കുമ്പോഴും അബോധത്തിൽ മറച്ചുവെച്ച സ്വർണ്ണ ത്തോടുള്ള മമത പ്രത്യക്ഷപ്പെടുന്നു. (അനുബന്ധം ഒന്ന്, രണ്ട്) ഷിയർ ആലിഖാൻ എന്ന് 'കള്ളപ്പേര്' പറഞ്ഞ 'പെരുങ്കള്ള'ന്റേത് പഴുത്ത നാരങ്ങാനിറം. വിദൂഷകവേഷം കെട്ടി സ്വന്തം പല്ലക്കിൽ വന്നിറ ങ്ങുന്ന സൂരിനമ്പൂതിരിക്ക് ചുറ്റും പരക്കുന്നത് 'സ്വർണ്ണപ്രഭ'. ആദിപാപം സ്വർണ്ണത്തെ എന്നും പിന്തുടരുന്നു. വെറുക്കപ്പെട്ട വസ്തുവാകുന്നു. ആരം ഭത്തിൽ പ്രണയത്തിന്റെ അടയാളമായി അണിയുന്ന സ്വർണ്ണക്കടുക്കൻ പിന്നീട് പ്രണയത്തകർച്ചയുടെ സൂചകമായി മാറുന്നു. അതോടെ അവ ഭാരമായിട്ടും ഉപദ്രവകരമായിട്ടും തോന്നി അഴിച്ചു വില്ക്കുകയും ചെയ്യുന്നു. രണ്ട് സംഭവങ്ങളിലും (മോഷ്ടിക്കുന്നതിലും വില്ക്കുന്നതിലും) കുറ്റക്കാരാകു ന്നത് വെറുക്കപ്പെടുന്ന 'പെരുങ്കള്ളന്മാ'രാണെന്നത് ഒട്ടും യാദൃച്ഛികമല്ല. സ്വർണ്ണത്തിന് പ്രണയവുമായും വിപണിയുമായുള്ള ബന്ധമാണ് ആഖ്യാ നത്തിൽ പ്രശ്നവൽക്കരിക്കപ്പെടുന്നത്. ഒപ്പം കവർച്ചയുടെ അനുഭവവും ആവർത്തിക്കപ്പെടുന്നു. ബോംബെ ബന്തറിലെ മഞ്ഞവെയിലിൽ മിന്നി ത്തിളങ്ങുന്ന കാഴ്ചകളിൽ, 'ചെറിയ പിച്ചളക്കഴുത്തുകൾ വെച്ച' (ആഭര ണങ്ങളണിയുന്ന കഴുത്തുകൾ?) കപ്പൽ കുഴലുകളുടെ ദൃശ്യങ്ങളിൽ, കല്ക്കത്തയിൽ 'സ്വർണ്ണഗിൽട്ടിട്ട പച്ച വില്ലൂസി'ൽ 'സ്വർണ്ണവർണ്ണ'മായ വിളക്കുകളിൽ, തങ്കക്കുടുകളിൽ, മാധവന് സമ്മാനമായി കിട്ടിയ പൊൻ ഗഡിയാൾ, പൊൻചങ്ങല, തങ്കനീരാള ഉടുപ്പ് എന്നിവയിൽ-തള്ളാനും കൊള്ളാനും കഴിയാത്ത ഓർമ്മയുടെ ഭാരം ആഖ്യാനം എന്നും പേറുന്നു. ശപഥവാചകത്തിലെ ഓരോ അക്ഷരത്തെയും ഈരണ്ട് പണത്തൂക്കം വീതമുള്ള അക്ഷര പ്രതിമകളാക്കി ബ്രാഹ്മണർക്ക് ദാനം നല്കുകയും പ്രാ യശ്ചിത്തം ചെയ്യുകയുമാണ്, പഞ്ചുമേനോൻ. അണ്ണാത്തിര വാദ്ധ്യാരുടെ കാർമ്മികത്വത്തിലുള്ള പ്രായശ്ചിത്തം, ആഖ്യാനത്തിലെ അക്ഷരങ്ങ ളുടെ സ്വർണ്ണമൂല്യം കൃത്യമായി നിർണ്ണയിക്കുകയും എണ്ണിത്തിട്ടപ്പെടു ത്തുകയും ചെയ്യുന്നു. ഒപ്പം ജാതി-ജന്മി-നാടുവാഴിത്ത വ്യവസ്ഥയിലെ വിശ്വാസപ്രമാണങ്ങളുമായി, മുതലാളിത്ത മൂലധനത്തിന് സാധ്യമാവുന്ന ഒത്തുതീർപ്പുകളെക്കുറിച്ച് സൂചന നല്കുകയും ചെയ്യുന്നു.

(2015 ജൂലായ്)

●

പതിനെട്ടാം അദ്ധ്യായത്തിന്റെ 'രാഷ്ട്രീയമൂല്യം'

ഒന്ന്

ഇന്ദുലേഖപതിനെട്ടാം അദ്ധ്യായത്തിലെ രാഷ്ട്രീയ ചർച്ചകൾ സൂക്ഷ്മ വായന ആവശ്യപ്പെടുന്നുണ്ട്. അതിന്റെ വർഗ്ഗപരമായ ഉള്ളടക്കമെന്തെന്നും നിറവേറ്റുന്ന രാഷ്ട്രീയധർമ്മമെന്തെന്നും അന്വേഷിക്കേണ്ടതുണ്ട്. ഉന്നയിക്കുന്ന രാഷ്ട്രീയവാദങ്ങൾ ആരുടെ വർഗ്ഗതാല്പര്യങ്ങൾക്ക് വേണ്ടിയാണെന്നതും പ്രധാനമാണ്. പ്രസ്തുത അദ്ധ്യായത്തിന്റെ കലാപരമായ പ്രസക്തിയെക്കുറിച്ച് മാത്രമുള്ളതാണ് നിരൂപണങ്ങളിലെ ചർച്ചകൾ അധികവും. അതിന് അനുകൂലവും പ്രതികൂലവുമായി വ്യത്യസ്ത അഭിപ്രായങ്ങൾ പ്രകടിപ്പിക്കുന്നതിൽ നിരൂപണം സംതൃപ്തി കണ്ടെത്തി. പതിനെട്ടാമദ്ധ്യായത്തിന്റെ രാഷ്ട്രീയമായ പ്രസക്തിയും 'പ്രാധാന്യ'വും ചർച്ചകളിൽ പിന്തള്ളപ്പെട്ടു. അത് ചർച്ചചെയ്യേണ്ട വിഷയമല്ലെന്ന് തീരുമാനിച്ചു. രാഷ്ട്രീയ പ്രശ്നങ്ങൾ, സാഹിത്യനിരൂപണത്തിന്റെ 'പരിധി'ക്ക് പുറത്താണ്. നോവലിൽ രാഷ്ട്രീയ ചർച്ചയുടെ 'അനൗചിത്യ'ത്തെക്കുറിച്ച് അഭിപ്രായപ്രകടനമാവാം. രാഷ്ട്രീയ ചർച്ചകളുടെ ഉള്ളടക്കത്തെ നിരൂപണം ചെയ്യുന്നത്, നോവൽ ചെയ്ത 'കുറ്റം' നിരൂപണത്തിൽ ആവർത്തിക്കുന്നതിന് തുല്യമാണ്.

രണ്ട്

എം. പി പോളിന്റെ നിരൂപണത്തോട് കൂടി പതിനെട്ടാമദ്ധ്യായം → 'ശിലാഖണ്ഡം' എന്ന പുതിയ സമവാക്യം മലയാള നിരൂപണത്തിൽ പൊതുവായി സ്വീകരിക്കപ്പെട്ടു. 'കഥാഗതി'യെ തടസ്സപ്പെടുത്തുന്ന

കല്ലുകടിയായി പോളിന് 'ബോധ്യപ്പെട്ട'തിനാൽ നമുക്കും 'ബോധ്യപ്പെടാ'തിരിക്കാൻ വഴിയില്ലാതെയായി. ഒന്നാം പതിപ്പിലും രണ്ടാം പതിപ്പിലും രചയിതാവ് തന്നെ പതിനെട്ടാമദ്ധ്യായത്തെക്കുറിച്ച് തുടർച്ചയായി എഴുതിയതിൽ നിന്ന്, ഒന്നും പഠിച്ചില്ല. ഡ്യൂമർഗ്ഗിന് എഴുതിയ കത്തിൽ പതിനെട്ടാമദ്ധ്യായത്തിന്റെ പ്രാധാന്യത്തെക്കുറിച്ച് എഴുതിയതും ഒന്നും പഠിപ്പിച്ചില്ല. ചന്തുമേനോന് സമകാലികരായ മൂർക്കോത്ത് കുമാരനെപ്പോലുള്ള നിരൂപകരുടെയും വായനക്കാരുടെയും ആദ്യകാല നിരീക്ഷണങ്ങളെയും പ്രതികരണങ്ങളെയും അവഗണിക്കുന്നതിൽ നോവൽ നിരൂപണം പ്രത്യേക താല്പര്യം തന്നെ കാണിച്ചു. നിരൂപണത്തിൽ, 'കലാനിയമങ്ങൾ' തന്നെ പ്രധാനം. 'രാഷ്ട്രീയ' ത്തിന്റെയും 'മുതലാളിത്ത മൂലധന'ത്തിന്റെയും പ്രശ്നങ്ങൾ, നിരൂപണത്തിൽ പ്രശ്നവിഷയങ്ങളല്ല. പതിനെട്ടാമദ്ധ്യായം നോവലിലെ 'കളങ്ക'മായി അംഗീകരിക്കപ്പെട്ടു. കുറ്റത്തിനുള്ള 'ശിക്ഷ'യും വിധിച്ചു. 'നിരീശ്വരമതം കോൺഗ്രസ്സ് എന്നതുകളെക്കുറിച്ചുള്ള പ്രസംഗങ്ങൾ കഥാശരീരത്തിൽ നിന്ന് വിച്ഛേദിക്കപ്പെടാവുന്നതാകയാൽ അവ ത്യാജ്യങ്ങളാണെന്ന് വന്നുകൂടുന്നു''1. പോളിന്റെ 'സാഹിത്യന്യായാസന'ത്തിന്റെ വിധിപ്രസ്താവം ഇങ്ങനെയാണ്. ഇതിനെ മാനിച്ച് പതിനെട്ടാമദ്ധ്യായം മുറിച്ച് നീക്കി, ഇന്ദുലേഖ പതിനായിരക്കണക്കിന് പ്രതികൾ അച്ചടിച്ച് പ്രചരിപ്പിച്ചു. എഴുത്തുകാരന്റെ 'പകർപ്പവകാശ'ത്തെയല്ലാതെ എഴുത്തിന്റെ ധാർമ്മികതയെ പരിരക്ഷിക്കേണ്ട ഉത്തരവാദിത്തം തങ്ങൾക്കില്ലെന്ന്, മലയാള പുസ്തക പ്രസാധനത്തിന്റെയും പുസ്തകവിപണിയുടെയും ചരിത്രം നിരവധിതവണ തെളിയിച്ചിട്ടുണ്ട്. അംഗഭംഗം വരുത്തിയ പുസ്തകത്തിന്റെ മുഖക്കുറിപ്പായി പോളിന്റെ വിധിന്യായം പൂർണ്ണരൂപത്തിൽ ഉൾപ്പെടുത്താൻ അവർ മറന്നില്ല. 'മുറിച്ച കൈയിൽ ഉപ്പ് തേക്കുക' എന്ന് ഇതിനെയാണ് വിളിക്കുന്നത്. മലയാള നിരൂപണത്തിലെ 'ഔചിത്യ'പക്ഷക്കാർക്ക് നീതി നടത്തിയ സന്തോഷം, വരുംകാലങ്ങളിൽ ആഘോഷിക്കാം. അതിന്റെ പിന്മുറക്കാർക്ക്, ഇപ്പോഴും വംശനാശം സംഭവിച്ചിട്ടില്ലെന്നത് 'ആശ്വാസ'മുണ്ടാക്കുന്നുണ്ട്.

മൂന്ന്

ഇംഗ്ലീഷ് - ഫ്രഞ്ച് വിപ്ലവങ്ങളിലും അമേരിക്കൻ സ്വാതന്ത്ര്യസമരത്തിലും ഉയർന്നുവന്നമാനവികതയേയും മനുഷ്യസമത്വത്തേയും സ്വാതന്ത്ര്യത്തെയും കുറിച്ചുള്ള 'നവീനാശയങ്ങൾ' ഒരു മലയാള സാഹിത്യകൃതിയിൽ ആദ്യമായി ചർച്ച ചെയ്യപ്പെടുന്നതിന്റെ പ്രാധാന്യവും പ്രസക്തിയും മനസ്സിലാക്കുന്നതിൽ നിരൂപണം പരാജയപ്പെട്ടു എന്നാണ് ഇന്ന് തിരിച്ചറിയുന്നത്. മാത്രമല്ല, ബൂർഷ്വാലിബറൽ പക്ഷവും പുരോഗമന-ഇടതുപക്ഷവും അഭിപ്രായഭേദങ്ങൾ മാറ്റിവെച്ച് പോളിന്റെ

പാഠപുസ്തകനിരൂപണത്തിന്റെ ന്യായവിധിയിൽ സാമാന്യമായി വിശ്വാസം പ്രകടിപ്പിക്കുകയും ചെയ്തു. മൂർക്കോത്ത് കുമാരനും[2a], പി. കെ ബാലകൃഷ്ണനും[2b], കെ. പി അപ്പനും മറ്റും[2c] പതിനെട്ടാമദ്ധ്യായത്തെ പ്രതിരോധിക്കാൻ വേണ്ടി നടത്തിയ ശ്രമങ്ങൾ, ഉപരിതലത്തിൽ നിന്നുള്ള ആത്മാർത്ഥതയുള്ള അഭിപ്രായ പ്രകടനങ്ങൾ മാത്രമായിത്തീർന്നു. ആത്മാർത്ഥത കൊണ്ട് രാഷ്ട്രീയത്തെ പകരം വെക്കാനാവില്ല. ഇടതുപക്ഷ രാഷ്ട്രീയത്തിന്റെ പക്ഷത്ത് നിന്ന് ഇ. എം. എസ് മാത്രം അതിന്റെ ചരിത്രപരവും രാഷ്ട്രീയവുമായ പ്രാധാന്യത്തെക്കുറിച്ച് സാന്ദർഭികമായ പരാമർശങ്ങൾ നടത്തി. പണ്ഡിതലോകത്തിന്റെ അംഗീകൃതധാരണകളെ ഇതുകൊണ്ടൊന്നും തിരുത്താനായില്ല. 'ആദിപാപ'ത്തിന്റെ സ്ഥാനം, പതിനെട്ടാമദ്ധ്യായത്തിന് മലയാളനോവലിന്റെ ചരിത്രത്തിൽ സ്ഥിരപ്പെട്ടുകയും ചെയ്തു.

നാല്

ഒരു രാഷ്ട്രീയ കാര്യപരിപാടിയുടെ ഭാഗമായി ഇന്ത്യയിൽ ഇംഗ്ലീഷ് വിദ്യാഭ്യാസം നടപ്പാക്കേണ്ടതിന്റെ പ്രാധാന്യം 1857ലെ 'ഒന്നാം സ്വാതന്ത്ര്യസമരം' ബ്രിട്ടനെ ബോദ്ധ്യപ്പെട്ടുത്തി. ഭരണപരവും രാഷ്ട്രീയവുമായ അടിയന്തിരനടപടി ആവശ്യപ്പെടുന്ന വിഷയമാണിതെന്ന് അക്കാലത്തെ ഔദ്യോഗികരേഖകളിൽ ആവർത്തിച്ച് രേഖപ്പെടുത്തപ്പെട്ടു. നാട്ടുകാരായ സ്ത്രീകളെ ഇംഗ്ലീഷ് വിദ്യാഭ്യാസത്തിന്റെ ആവശ്യകതയെക്കുറിച്ച് ബോധ്യപ്പെടുത്താനാണ് ഇന്ദുലേഖ എന്ന നോവൽ രചിച്ചത്. മുമ്പ് സൂചിപ്പിച്ചത്പോലെ പുസ്തകത്തിന്റെ മുഖവുരകളിലും മറ്റും രചയിതാവ് തന്നെ ഇക്കാര്യം ആവർത്തിച്ച് വ്യക്തിമാക്കിയിട്ടുണ്ട്. രാഷ്ട്രീയമായി ഇതിൽ അസാധാരണമായതായി ഒന്നുമില്ല. ബ്രിട്ടീഷ്ഭരണത്തെ ഔദ്യോഗിക ജീവിതംകൊണ്ടും ധൈഷണിക-സർഗ്ഗാത്മക ജീവിതങ്ങൾ കൊണ്ടും പിന്തുണക്കുകയും പിന്തുടരുകയും ചെയ്ത ഒരു 'സാമ്രാജ്യത്വപ്രജ'യുടെ രാഷ്ട്രീയ ബോദ്ധ്യത്തിന്റെയും തീരുമാനത്തിന്റെയും പ്രശ്നമാണത്. രാഷ്ട്രീയ ധാർമ്മികതയുടെ അടിസ്ഥാനത്തിലുള്ള ഒരു 'തിരഞ്ഞെടുപ്പിന്റെ'യും പ്രശ്നം കൂടിയാണിതെന്ന് ഇന്ന് മനസ്സിലാക്കാൻ കഴിയുന്നുണ്ട്.

അഞ്ച്

രാഷ്ട്രീയമായ ഒരു കാര്യപരിപാടിയുടെ സർഗ്ഗാത്മകപ്രയോഗമെന്ന നിലയിൽ സാഹിത്യത്തെക്കണ്ട പത്തൊമ്പതാം ശതകത്തിന്റെ അവസാന ദശാബ്ദങ്ങളുടെ 'അടിയന്തിരാവശ്യങ്ങൾക്ക്'വേണ്ടി രചിക്കപ്പെട്ട നോവലാണ് ഇന്ദുലേഖ. വർത്തമാനകാല സമൂഹത്തിന്റെ 'ആവശ്യങ്ങളും', ബ്രിട്ടീഷ് ഭരണവർഗ്ഗത്തിന്റെ താല്പര്യങ്ങളും മാത്രമാണ് രചനയിൽ പരിഗണിക്കപ്പെട്ടുന്നത്. അതിനാൽ

പതിനെട്ടാമദ്ധ്യായത്തിന്റെയും അതിലെ രാഷ്ട്രീയത്തിന്റെയും പേരിൽ ഇന്ദുലേഖയെ കുറ്റപ്പെടുത്തുന്നതിൽ അർത്ഥമില്ല. അതിലെ രാഷ്ട്രീയം ഒട്ടും നിഷ്പക്ഷമാവാൻ ഉദ്ദേശിച്ച് എഴുതിയതല്ല. ബാസൽമിഷന്റെ മതപ്രവർത്തനങ്ങളുടെ ഭാഗമായി, അതിന്റെ സർഗ്ഗാത്മകമായ പ്രയോഗമെന്ന നിലയിൽ ഗുണ്ടർട്ട് ഭാഷാ-സാഹിത്യപ്രവർത്തനങ്ങളിലേർപ്പെട്ടത് ഏതാണ്ട് ഇതേ കാലഘട്ടത്തിൽ തന്നെയാണ്. നിഘണ്ടുവും വ്യാകരണവും അതിന്റെ ഫലങ്ങളായി ഉണ്ടായവയാണ്. വില്യം ലോഗനാകട്ടെ ബ്രിട്ടീഷ് ഭരണത്തിന്റെയും രാഷ്ട്രീയത്തിന്റെയും ആവശ്യങ്ങൾക്ക് വേണ്ടി തന്റെ ചരിത്രജ്ഞാനവും സർഗ്ഗാത്മകഭാവനയും, മലബാർ മാന്വലിന്റെ രചനയ്ക്ക് വിനിയോഗിക്കുകയും ചെയ്തു. ഇന്ന് ഇന്ദുലേഖ വീണ്ടും വായിക്കാനൊരുങ്ങുമ്പോൾ, പതിനെട്ടാമദ്ധ്യായത്തെക്കുറിച്ച് ഒരു വീണ്ടുവിചാരം നടത്തുമ്പോൾ, ഇംഗ്ലീഷ് വിദ്യാഭ്യാസത്തെക്കുറിച്ചുള്ള പ്രബോധനങ്ങളും ബ്രിട്ടീഷ് സാമ്രാജ്യത്ത്വത്തോടുള്ള അന്ധമായ ആശ്രിതത്വമനോഭാവവും നമ്മെ നീരസപ്പെടുത്തേണ്ടതില്ല. ഏറെ പണിപ്പെട്ട് എഴുതിയുണ്ടാക്കിയവയാണ് നോവലിലെ ഉൽബോധനങ്ങളും, സാമ്രാജ്യത്വപ്രകീർത്തനങ്ങളും എന്നത് കൗതുകമുണ്ടാക്കുന്ന വസ്തുതയാണ്. വീട്ടിനകത്തും പുറത്തുമുള്ള 'ആളുകളുടെ' നിർബന്ധങ്ങളും പ്രേരണകളും, വർത്തമാനകാല രാഷ്ട്രീയം അനിവാര്യമാക്കിത്തീർത്ത ധൈഷണിക സംവാദങ്ങളെക്കുറിച്ചുള്ള ധാരണകളും, എല്ലാം ചേർന്ന് രൂപപ്പെടുത്തിയതാണ് പതിനെട്ടാമദ്ധ്യായം. 'കഥാപ്രവാഹത്തെ പ്രതിരോധിക്കുന്ന ശിലാഖണ്ഡ'മായും ആഖ്യാനത്തിലെ 'കളങ്ക'മായും രാഷ്ട്രീയം കണക്കാക്കപ്പെടുമെന്നും അതനുസരിച്ചുള്ള നോവൽ സിദ്ധാന്തങ്ങളും, ലക്ഷണഗ്രന്ഥങ്ങളും എഴുതപ്പെടുമെന്നും മുൻകൂട്ടി കാണാൻ കഴിയാതിരുന്നത് 'ഇന്ദുലേഖ' നേരിട്ട ദുരന്തമാണെന്ന് ആലങ്കാരികമായി പറഞ്ഞ് അവസാനിപ്പിക്കാനാവില്ല. കാരണം അത് നമ്മുടെ ചരിത്രബോധത്തെ സ്വയം പരിഹസിക്കുന്നതിന് തുല്യമാണ്.

ആറ്

ബ്രിട്ടീഷ് സാമ്രാജ്യത്വത്തിന്റെ അധികാരഘടനയ്ക്കും, സാമ്രാജ്യത്വമൂലധനരാഷ്ട്രീയത്തിന്റെ ആശയവ്യവസ്ഥയ്ക്കും, ഉള്ളിൽ ജീവിക്കുകയും പരസ്പരസംഭാഷണങ്ങളിൽ ഏർപ്പെടുകയും ചെയ്യുന്നവരുടെ ഒരു ലോകമാണ് ഇന്ദുലേഖാ നോവലിലേത്. പ്രത്യക്ഷത്തിൽ സാമൂഹ്യയാഥാർത്ഥ്യങ്ങളുടെ പ്രതീതിയുണ്ടാക്കുന്ന സംഭവങ്ങളുടെയും വായ്മൊഴിവഴക്കങ്ങളുടെയും പരമ്പരകളാണ് ഇതിലുള്ളത്. ആദ്യം മുതൽ അവസാനം വരെ നിലയ്ക്കാത്ത ശബ്ദഘോഷങ്ങളുടെ ആഖ്യാനമാണത്. ആഖ്യാതാവും കഥാപാത്രങ്ങളുമെല്ലാം ഇടതടവില്ലാത്ത ശബ്ദഘോഷത്തിൽ ആവേശപൂർവ്വം പങ്ക് ചേരുന്നുണ്ട്. മരുമക്കത്തായത്തറവാടുകളുടെ

അകത്തളങ്ങളിൽ സ്ത്രീ-പുരുഷന്മാർ കാരണവരുടെ അധികാര ശാസനകൾ കണക്കിലെടുക്കാതെ ഉച്ചത്തിൽ സംസാരത്തിൽ മുഴുകുന്നു. ക്ഷേത്രത്തിലും കുളക്കടവിലും വഴിവക്കിലും കിംവദന്തികൾ പ്രചരിക്കുന്നു. നഗരങ്ങൾ, യന്ത്രങ്ങളുടെ ശബ്ദങ്ങളേക്കാൾ ഉച്ചത്തിൽ ഭാഷണശബ്ദം കേൾപ്പിക്കുന്നു. ജീവിതത്തിന്റെ വിലപ്പെട്ട ഊർജ്ജം മുഴുവൻ പ്രവർത്തനത്തിന് ഉപയോഗപ്പെടുന്നതിലുമധികം ശബ്ദഘോഷങ്ങൾക്കും ഭാഷണങ്ങൾക്കും വേണ്ടി ചെലവിടുന്നു. 'ഭാഷണങ്ങളുടെ ഭാഷണ'മായാണ് പതിനെട്ടാം അദ്ധ്യായം സങ്കല്പിക്കപ്പെട്ടിട്ടുള്ളത്. ബോംബെയിൽ 'കേശവചന്ദ്രസേന്റെ ഉന്നതമായ ഒരു വെണ്മാടസൗധത്തിൽ, വിശേഷമായ ചന്ദ്രികയി'ൽ സംഭാഷണ ലഹരിയിൽ സ്വയം മറന്ന് മുഴുകുകയാണ് പതിനെട്ടാമദ്ധ്യായത്തിലെ മൂന്ന് കഥാപാത്രങ്ങളും. ഭാഷണസന്ദർഭങ്ങളെ ഉത്സവമേളകൾ പോലെ കൊണ്ടാടുന്ന അവസരങ്ങളിൽ, പിന്തള്ളപ്പെടുന്നതും ഒഴിവാക്കപ്പെടുന്നതും എന്താണ്? ആരുടെ യഥാർത്ഥ ശബ്ദമാണ്, 'അലസവർഗ്ഗ'ത്തിന്റെ അയഥാർത്ഥ ശബ്ദങ്ങൾ കൊണ്ട് കേൾക്കാതാകുന്നത്? കേൾക്കാതാക്കുന്നത്?3

ഏഴ്

"ഇംഗ്ലീഷുകാരോളം ബുദ്ധിസാമർത്ഥ്യം ഉണ്ടായിട്ട് മറ്റൊരു ജാതിക്കാരെ കാണ്മാൻ കഴിയുമോ? സംശയം. ഈ ബുദ്ധി സാമർത്ഥ്യത്തിന്റെ ലക്ഷണങ്ങൾ അവരിൽ കാണുന്നത് ഒന്നാമത് നീതിജ്ഞത; രണ്ടാമത് നിഷ്പക്ഷ്പാതിത്ത്വം; മൂന്നാമത് ദയ; നാലാമത് ധീരത; അഞ്ചാമത് ഉത്സാഹം; ആറാമത് ക്ഷമ ഇതുകളാലാണ്. ഇങ്ങനെ ആറു സാധനങ്ങളെക്കൊണ്ടാണ് ഇംഗ്ലീഷുകാർ ഇത്ര അധികം രാജ്യങ്ങൾ ഈ ലോകത്തിൽ സ്വാധീനമാക്കി രക്ഷിച്ചുവരുന്നത്. "3 സംസ്കൃത നാടകങ്ങളുടെ 'നായക ലക്ഷണ'ങ്ങളെ ഓർമ്മിപ്പിക്കുന്ന അപദാനങ്ങളാണ് ബ്രിട്ടീഷുകാരെക്കുറിച്ച് മാധവൻ പുറപ്പെടുവിക്കുന്നത്. കേൾവിക്കാരായ ഗോവിന്ദപണിക്കരെയോ, ഗോവിന്ദൻ കുട്ടി മേനോനെയോ ബോധ്യപ്പെടുത്താനുദ്ദേശിച്ചുള്ളതല്ല, ഈ രാജസ്തുതി. നാടു ഭരിക്കുന്ന ബ്രിട്ടീഷ് ഗവൺമെന്റിനെ ഉറക്കെ കേൾപ്പിക്കാനുമാവില്ല. 'പ്രജ'കൾക്കിടയിൽ ഒളിച്ചിരിക്കുന്ന അദൃശ്യരായ 'രാജശത്രു'ക്കൾക്കുള്ള മറുപടിയായാണ്, ഇത്തരം പ്രകീർത്തനങ്ങൾ ആവർത്തിക്കപ്പെടുന്നത്. ബ്രിട്ടീഷ് ഗവൺമെന്റിനെ 'അനാവശ്യമായും അസത്യമായും' 'ദൂഷിക്കുകയും' 'നിന്ദിക്കുകയും' ചെയ്യുന്നവർ, ഗവൺമെന്റ് ചെയ്യുന്ന നല്ല കാര്യങ്ങൾ 'അനാസ്ഥയായും ദുഷ്ടവിചാരത്തോടെയു'മാണെന്ന് പറയുന്നവർ, ഗവൺമെന്റിന്റെ പ്രവൃത്തിയിൽ ഉള്ള 'സത്യത്തേയും, ഉത്തമവിശ്വാസത്തെ'യും സംശയിച്ചുകൊണ്ട് 'വല്ലതും പറയുന്നവർ'... കോൺഗ്രസ്സ് സംഘടനകളുള്ളിൽത്തന്നെയുള്ള ഇത്തരക്കാരെക്കുറിച്ചുള്ള ആക്ഷേപങ്ങൾ, മാധവന്റെ

'മിതവാദ'ഭാഷണത്തിൽ തുടർച്ചയായി വരുന്നുണ്ട്. ഗവൺമെന്റിന്റെ മുന്നിൽ ആവലാതിബോധിപ്പിക്കാം, ആവശ്യങ്ങൾ ഉന്നയിക്കാം, ആഗ്രഹങ്ങൾ പ്രകടിപ്പിക്കാം, കുറ്റപ്പെടുത്തുകയോ വിമർശിക്കുകയോ ചെയ്യുന്നത് സഹിക്കാനാവില്ല. കോൺഗ്രസ്സുകാരനാണെന്നതിൽ അഭിമാനിക്കുന്നുണ്ടെങ്കിലും തന്റെ കോൺഗ്രസ്സ് അംഗത്വം നിബന്ധനകളോട്ടുകൂടിയതാണെന്ന് മാധവൻ വ്യക്തമാക്കുന്നുണ്ട്. ഗവൺമെന്റിനെ ദൂഷിക്കുന്നതും, കുറ്റപ്പെടുത്തുന്നതും അസത്യങ്ങൾ പറയുന്നതും കോൺഗ്രസ്സുകാർ അവസാനിപ്പിക്കണം: "ഇതു വർദ്ധിച്ചുവരുന്നുവെങ്കിൽ കോൺഗ്രസ്സിനു തന്നെ ഇതു നാശകരമായിത്തീരുന്നതാണ്" "ഞാൻ പറയുന്ന ഉദ്ദേശ്യത്തിൽ നിന്ന് വിട്ടിട്ട് ഈ സഭ നില്ക്കുന്നത് എപ്പോഴെങ്കിലും കാണുന്ന ക്ഷണം ഞാൻ അതിൽ നിന്ന് ഒഴികയും ചെയ്യും" "... ഞാൻ പറഞ്ഞ സ്ഥിതിയിൽ നിന്ന് കോൺഗ്രസ്സ് വിട്ട് അനാവശ്യമായും അസത്യമായും ബ്രിട്ടീഷ് ഗവൺമെന്റിനെ നിന്ദിക്കുന്ന കാലം ഞാൻ കോൺഗ്രസ്സിന്റെ ഒരു സ്നേഹിതൻ ആയിരിക്കില്ല". രാജസ്തുതി, ശത്രുലക്ഷണങ്ങൾ തിരിച്ചറിയൽ, കുറ്റ വിചാരണ, നീതി നടത്തിപ്പ്, ശിക്ഷ വിധിക്കൽ, ഇതെല്ലാം ചേരുമ്പോഴാണ് മാധവന്റെ ഏകപക്ഷീയമായ ഭാഷണങ്ങൾ 'അന്യൂന'വും 'ആധികാരിക'വുമായ അധികൃത ഭാഷണത്തിന്റെ സ്വഭാവമാർജ്ജിക്കുന്നത്; അധിനിവേശ പ്രത്യയശാസ്ത്രത്തിന്റെ, ഭാഷണരൂപമായിത്തീരുന്നത്.

എട്ട്

പതിനെട്ടാമദ്ധ്യായത്തിൽ കുറ്റാരോപിതരായ ആളുകൾ, ഇന്ദുലേഖയുടെ ആഖ്യാനത്തിന് പുറത്തുള്ളവരാണ്. (അനുബന്ധം മൂന്ന്, നാല്) പേരും മേൽവിലാസവുമില്ലാതെ, ആഖ്യാനത്തിൽ പങ്കാളിത്തമോ പ്രാതിനിധ്യമോ ഇല്ലാതെ അദൃശ്യരായും നിശ്ശബ്ദരായും അലയാൻ നിർബ്ബന്ധിക്കപ്പെടുന്നവരാണിവർ. പേരിനെങ്കിലും അവർക്ക് ആഖ്യാനത്തിൽ അപ്രധാനമായ ഒരു സ്ഥാനമെങ്കിലും നല്കി 'ആഖ്യാനനീതി' നടപ്പാക്കി എന്ന് തോന്നിക്കാൻ ഒരുമ്പെടുന്നില്ല. മാപ്പർഹിക്കാത്ത കുറ്റമാണ് അവരുടേത്. ആഖ്യാനത്തിന്റെ അധികാര വ്യവസ്ഥയ്ക്ക് പുറത്ത്, പത്തൊമ്പതാം നൂറ്റാണ്ടിന്റെ ഉത്തരാർദ്ധത്തിലുണ്ടായ ബ്രിട്ടീഷ് ഗവൺമെന്റ് രേഖകളിലും, കത്തിടപാടുകളിലും, ദാദാഭായ് നവറോജി, രമേഷ് ദത്ത് തുടങ്ങിയ ആദ്യകാല നേതാക്കളുടെ പ്രസംഗങ്ങളിലും രചനകളിലും ചരിത്രഗ്രന്ഥങ്ങളിലും അവരെക്കുറിച്ചുള്ള വിലപിടിപ്പുള്ള വിവരണങ്ങൾ കാണാം. ഇന്ദുലേഖയിൽ മറച്ചുവെക്കപ്പെടുകയും വികലമാക്കപ്പെടുകയും ഒഴിവാക്കപ്പെടുകയും ചെയ്യുന്ന 'വെറുക്കപ്പെട്ട ശത്രുക്കളെ' അതിനിടയിൽ നിന്ന് കണ്ടെത്താൻ വിഷമമില്ല. ഇന്ദുലേഖയിൽ പ്രകീർത്തിക്കപ്പെടുന്ന ബ്രിട്ടീഷ് ഭരണവർഗ്ഗത്തിന്റെ 'യഥാർത്ഥ

ഉണങ്ങളും' രേഖപ്പെടുത്തപ്പെട്ടിട്ടുണ്ട്. സാമ്രാജ്യത്വ ഭീകരതകളുടെയും, ജനജീവിതത്തിന്റെ ദൈന്യങ്ങളുടെയും അനുഭവകഥകൾ, ഉന്നതതലം മുതൽ കീഴ്ത്തട്ട് വരെ വ്യാപിച്ച, അഴിമതി, ജനങ്ങളെ അക്ഷരാർത്ഥ ത്തിൽ കൊള്ളയടിക്കുകയും പാപ്പരാക്കുകയും ചെയ്യുന്ന അത്യാർത്തി പൂണ്ട ഭരണ നടപടികൾ, കൃഷിയും നിർമ്മാണവ്യവസായങ്ങളും നശിച്ച് തൊഴിലില്ലാതെ കഷ്ടപ്പെടുന്ന പാവപ്പെട്ട ആളുകളെ, പത്ത് കൊല്ലം കൂടുമ്പോൾ ആക്രമിക്കാനെത്തുന്ന ക്ഷാമദുരിതങ്ങൾ, പട്ടിണിമരണ ങ്ങൾ, പകർച്ചവ്യാധികൾ-മദിരാശി, ബോംബെ, കല്ക്കത്ത നഗരങ്ങളെ ചുറ്റിയുള്ള മാധവന്റെയും മറ്റ് കഥാപാത്രങ്ങളുടെയും രാജ്യസഞ്ചാരത്തി നിടയിൽ മഹായോഗ്യരായ കോടീശ്വരന്മാരെയും, അത്യുന്നതങ്ങളായ വെണ്മാടങ്ങളെയും കണ്ടെത്താൻ മറക്കുന്നില്ല. ഒരു ജനതയെയാകെ നശിപ്പിക്കുകയും കൊന്നൊടുക്കുകയും രോഗബാധിതരാക്കുകയും ചെയ്യുന്ന ജീവിതത്തകർച്ചകളെ മാത്രം കാണാൻ കൂട്ടാക്കുന്നില്ല. പകരം പ്രത്യക്ഷമായ ഭരണവർഗ്ഗ സ്തുതികളും ഏകപക്ഷീയമായ ഭാഷണങ്ങളും നിരർത്ഥക ശബ്ദഘോഷവും കൊണ്ട് 'നിത്യജീവിത' ദൃശ്യങ്ങളെ മറച്ചുപി ടിക്കുകയാണ് (മറക്കുകയും) ഇന്ദുലേഖയുടെ 'മനോഹരമായ' ആഖ്യാനം.

ഒൻപത്

ബ്രിട്ടീഷ് സാമ്രാജ്യത്വത്തിന്റെ അധികാരഘടനയ്ക്കും മുതലാളിത്ത മൂലധന രാഷ്ട്രീയത്തിന്റെ ആശയ വ്യവസ്ഥയ്ക്കും അകത്ത് ജീവിക്കുന്ന ആളുകൾ തമ്മിലുള്ള സംഭാഷണത്തിന്റെ സാങ്കല്പിക ലോകമാണ് പതിനെട്ടാം അദ്ധ്യായം. അതിലെ രാഷ്ട്രീയ ചർച്ചകളുടെ സാധ്യത കളും പരിമിതികളും കൃത്യമായി തിരിച്ചറിയേണ്ടതാണ്. അധീശവർ ഗ്ഗം ആശയപ്രക്ഷേപണത്തിന്റെ വഴിമാത്രമായല്ല, ഭാഷണത്തെ ഉപയോഗിക്കുന്നത്. എതിരായ ആശയങ്ങളെ വികലീകരിക്കുന്നതിനും നിശ്ശബ്ദമാക്കുന്നതിനുമുള്ള ഫലപ്രദമായ മാർഗ്ഗമാണ് ഭാഷണങ്ങൾ. ഔദ്യോഗിക ഭാഷണങ്ങൾ, ചരിത്രരചനകൾ, കലാസാഹിത്യകൃതികൾ, സംഗീതം, നൃത്തം, ദൃശ്യ-ശ്രാവ്യ മാധ്യമങ്ങൾ, സെൽഫോൺ, ഇന്റർനെ റ്റ്- അധീശവർഗ്ഗാശയങ്ങൾ പ്രക്ഷേപിക്കപ്പെടുന്നത് ഇന്ന് അത്യധികം വിപുലമായിക്കഴിഞ്ഞിരിക്കുന്ന ആശയവിനിമയത്തിന്റെ വ്യത്യസ്ത ശൃംഖലകളെ ഉപയോഗപ്പെടുത്തിയാണ്. ഇത് ഒരു ജനതയെയാകെ സാങ്കല്പിക ഭാഷണങ്ങളുടെ ലഹരിക്ക് കീഴ്പ്പെടുത്താനുള്ള ശ്രമങ്ങ ളാണ്. ചലനാത്മകവും ഊർജ്ജസ്വലവുമായ ആശയപ്രസരണത്തിന്റെ പ്രതീതിയുണ്ടാക്കുന്ന കൃത്രിമലോകം ഇവയിലൂടെ നിർമ്മിക്കപ്പെടുന്നു ണ്ട്. പ്രതിരോധാശയങ്ങളെയും പ്രായോഗിക പ്രവർത്തനങ്ങളെയും നിർവ്വീര്യമാക്കാനും നിരായുധമാക്കാനും ഇവയ്ക്ക് കഴിയും. പതിനെ ട്ടാമദ്ധ്യായത്തിലെ മത-ശാസ്ത്ര-രാഷ്ട്രീയ ചർച്ചകളെയും ഇന്ദുലേഖാ

നോവലിൽ ആദ്യന്തം ഉയർന്ന് കേൾക്കുന്ന ശബ്ദഘോഷങ്ങളെയും ഓർമ്മിപ്പിക്കുന്ന കാഴ്ചകളും ശബ്ദങ്ങളുമാണ് നമ്മെ വലയം ചെയ്യുന്നത്. 'വിജ്ഞാന വിസ്ഫോടന'ത്തിന്റെയും 'വിനിമയ വേഗ'ത്തിന്റെയും 'മന്ത്രോച്ചാരണ'ങ്ങൾക്ക് അന്ധമായ 'മതവിശ്വാസ'ത്തിന് പകരം അന്ധമായ 'ശാസ്ത്രവിശ്വാസ'ത്തെ ഉല്പാദിപ്പിക്കാൻ കഴിയും. ഉറക്കത്തിന് മുമ്പുള്ള അർദ്ധമയക്കത്തിന്റെ അവസ്ഥയെ ദീർഘിപ്പിക്കാം എന്നല്ലാതെ, ഒന്നും പുതുതായി സൃഷ്ടിക്കാതെയും പരസ്പരം പകർന്നു നല്കാതെയും 'ഭാഷണങ്ങൾ' ഒടുങ്ങിത്തീരുന്നു. നിരുപദ്രവകരമായ ഗാഢ നിദ്രയ്ക്ക്- സുസ്ഥിരമായ അധിനിവേശ വ്യവസ്ഥയ്ക്ക് - വൈകാതെ ഏവരെയും കീഴ്പ്പെടുത്തുകയും ചെയ്യുന്നു. അധികൃത ശബ്ദങ്ങളെ ഉറക്കെ കേൾപ്പിക്കുന്നതിനും അധഃകൃത ശബ്ദങ്ങളെ നിശ്ശബ്ദമാക്കുന്നതിനും നോവൽ ഭാഷണങ്ങൾ ഫലപ്രദമായി ഉപയോഗിക്കപ്പെടുന്നതിന്റെ മലയാളത്തിലെ 'ലക്ഷണയുക്ത'മായ ആദ്യത്തെ 'ഉജ്ജ്വല'മാതൃകയാണ് ഇന്ദുലേഖ. 'ഭാഷണങ്ങളുടെ ഭാഷണം' എന്ന് മുമ്പ് പതിനെട്ടാം അദ്ധ്യായത്തെ വിശേഷിപ്പിച്ചത് ഈ അർത്ഥത്തിലാണ്.

(2015 ആഗസ്റ്റ്)

●

കുറിപ്പുകൾ

1. നോവൽ സാഹിത്യം- എം. പി പോൾ, പൂർണ്ണാ പബ്ലിക്കേഷൻസ്, കോഴിക്കോട്. 1991, പേജ് 130.
2. a) ഒയ്യാരത്ത് ചന്തുമേനോൻ- മൂർക്കോത്ത് കുമാരൻ, കേരള സാഹിത്യ അക്കാദമി, തൃശ്ശൂർ. 1996 മാർച്ച്, പേജ് 150-151

   b) ചന്തുമേനോൻ- ഒരു പഠനം, പി. കെ ബാലകൃഷ്ണൻ, ഡി. സി ബുക്സ്, കോട്ടയം. 2010 ഡിസംബർ, പേജ് 76.

   c) ഇന്നലെകളിലെ അന്വേഷണ പരിശോധനകൾ, കെ. പി അപ്പൻ, ഡി. സി ബുക്സ്, കോട്ടയം. 2000 സെപ്റ്റംബർ, പേജ് 109.
3. ഇന്ദുലേഖ, ഡി. സി ബുക്സ്, കോട്ടയം. 2014 മെയ്, പേജ് 266-267.

പാത്രഭാഷണവും അധികാരഘടനയും

1

സംഭാഷണം നിയമബദ്ധമായ ഒരു സാമൂഹ്യപ്രവർത്തനമാണ്. വിപുലമായ സാമൂഹ്യപ്രവർത്തനത്തിന്റെ ഭാഗമാകയാൽ അത് വ്യക്തിയുടെ ഇച്ഛയ്ക്കും ബോധത്തിനും അതീതമായി നിൽക്കുന്നു. സാമൂഹ്യജീവിതത്തിൽ സംഭാഷണത്തിന്റെ സ്വാധീനതകളെയും സാദ്ധ്യതകളെയും കുറിച്ച് ഏറെ പഠനങ്ങൾ ഉണ്ടായിട്ടുണ്ട്. ഒരു സാമൂഹ്യവ്യവസ്ഥയ്ക്കകത്ത് സവിശേഷമായ സംഭാഷണവ്യവസ്ഥ നിലനിൽക്കുന്നു. എന്നാൽ സാമൂഹ്യജീവിതത്തിന്റെ യാന്ത്രികമായ ഉൽപന്നമല്ല സംഭാഷണവ്യവസ്ഥ. സാമൂഹ്യവ്യവസ്ഥയും സംഭാഷണവ്യവസ്ഥയും പരസ്പരം സ്വാധീനിക്കുകയും പ്രതിപ്രവർത്തിക്കുകയും ചെയ്യുന്നുണ്ട്. പലപ്പോഴും സാമൂഹ്യജീവിതത്തിന്റെ ചാലകശക്തി കൂടിയാണ് സംഭാഷണവ്യവസ്ഥ. സാമൂഹ്യസംവിധാനത്തിൽ വ്യക്തികൾക്കും വിഭാഗങ്ങൾക്കുമുള്ള സ്ഥാനം നിർവ്വചിക്കുന്നത് സംഭാഷണങ്ങളിലൂടെയാണ്. സാമൂഹ്യബന്ധങ്ങൾ രൂപപ്പെടുത്താനും ദൃഢപ്പെടുത്താനും ശിഥിലമാക്കാനും സംഭാഷണം ശക്തമാണ്. ചരിത്രത്തിന്റെ ഗതിവേഗം ഉൾക്കൊള്ളാനും ചരിത്രസന്ദർഭങ്ങളെ സ്വാധീനിക്കാനും അത് സജ്ജമാണ്.

അധികാരശക്തിപ്രയോഗത്തിനും അതുവഴി മേൽക്കോയ്മയ്ക്കും വേണ്ടി വ്യക്തികളും വർഗ്ഗങ്ങളും നടത്തുന്ന ശ്രമങ്ങൾ സംഭാഷണവ്യവസ്ഥയേയും സ്വാധീനിക്കുന്നു. മാത്രമല്ല, അധികാരഘടന ഭാഷണവ്യവസ്ഥയെ രൂപീകരിക്കുകയും മാറ്റിത്തീർക്കുകയും ചെയ്യുന്നു. സംഭാഷണം, നിയന്ത്രണത്തിനും ആധിപത്യത്തിനും വേണ്ടിയുള്ള ആക്രമണ-പ്രത്യാക്രമണ തന്ത്രങ്ങളുടെ തുടർപ്രക്രിയയായിത്തീരുന്നു.

നോവലിലെ കഥാപാത്രങ്ങളുടെ ആശയവിനിമയമാർഗ്ഗം മാത്രമായി സംഭാഷണത്തെ കാണാൻ കഴിയില്ല. നോവലിസ്റ്റിന്റെ ബോധപൂർവ്വമായ ഇടപെടലുകൾക്ക് വിധേയമാവാൻ കൂട്ടാക്കാത്ത ഒരാന്തരികതലത്തിലാണ് പാത്രഭാഷണം പലപ്പോഴും നടക്കുന്നതെന്നു കാണാം. പാത്രങ്ങളുടെ സ്വഭാവഭേദങ്ങളുടെയും ദേശഭേദങ്ങളുടെയും വികാരാവേഗങ്ങളുടെയും പ്രത്യക്ഷീകരണം മാത്രമല്ല സംഭാഷണം. പാത്രങ്ങളുടെ പരസ്പര ബന്ധത്തെ നിർവ്വചിക്കുക മാത്രമല്ല, രൂപപ്പെടുത്തുകയും മാറ്റിത്തീർക്കുകയും ചെയ്യുന്ന ഘടകങ്ങൾ ഭാഷണങ്ങളിലുണ്ട്. അവയെ തിരിച്ചറിയുകയാണ് ഭാഷണവിശകലനത്തിന്റെ ഒരു ലക്ഷ്യം. ബാഹ്യതലത്തിൽ ശാന്തവും നിരുപദ്രവവുമായ സംഭാഷണത്തിലെ ശക്തമായ അടിയൊഴുക്കുകൾ പഠനവിഷയമാക്കുന്നതിന് ഏറെ പരിമിതികളുണ്ട്. പാത്രങ്ങളുടെ അധികാരഘടനയുമായി ബന്ധപ്പെട്ട സങ്കീർണ്ണമായ ലോകമാണത്.

ആഖ്യാനത്തെക്കാൾ സംഭാഷണത്തിന് പ്രാമുഖ്യം നൽകുന്ന നോവലാണ് ഇന്ദുലേഖ. മാധവനും പഞ്ചുമേനോനും തമ്മിലുള്ള അഭിപ്രായസംഘർഷം, ഇന്ദുലേഖയുടെ അനുരാഗം, സൂരിനമ്പൂതിരിപ്പാടിന്റെ സംബന്ധശ്രമം തുടങ്ങിയ കഥാമുഹൂർത്തങ്ങളിൽ സംഭാഷണത്തെ ആശ്രയിക്കുന്ന നിർണ്ണായകസന്ദർഭങ്ങൾ നിരവധിയാണ്. കഥയ്ക്ക് നാടകീയത ഉണ്ടാക്കാനുള്ള കലാവിദ്യ മാത്രമായി ഇതിനെ കാണാനാവില്ല. പുതിയ സാമൂഹ്യസാഹചര്യത്തിൽ ജീവിതസംഘർഷങ്ങൾ രൂപപ്പെടുന്നതും വളർന്നുവരുന്നതും പരിഹരിക്കപ്പെടുന്നതും സംഭാഷണത്തിലൂടെയാണെന്നും സംഭാഷണത്തെ കേന്ദ്രസ്ഥാനത്ത് കൊണ്ടുവരാതെ വ്യക്തിയുടെയും സമൂഹത്തിന്റെയും പ്രശ്നങ്ങളെ അഭിമുഖീകരിക്കാനോ അർത്ഥവത്തായി ആവിഷ്കരിക്കാനോ കഴിയില്ലെന്നും മനസ്സിലാക്കിയതിന്റെ ഫലമാണ് ഇത്. സാമ്പത്തികവും രാഷ്ട്രീയവും ദാർശനികവുമായ ലോകങ്ങളിലെ വൈരുദ്ധ്യങ്ങളും സംഘർഷങ്ങളും പതിനെട്ടാമദ്ധ്യായത്തിൽ ഗഹനവും തീവ്രവുമായ സംഭാഷണരൂപം കൈക്കൊണ്ടിരിക്കുന്നു. [1]

സൂരിനമ്പൂതിരിയുടെ സംബന്ധശ്രമവും അതിന്റെ പരാജയവുമാണ് പന്ത്രണ്ടും പതിമൂന്നും അദ്ധ്യാങ്ങൾ. [2] സൂരിനമ്പൂതിരിയും ഇന്ദുലേഖയും തമ്മിലുള്ള സംഭാഷണത്തിൽ കേന്ദ്രീകരിക്കുന്നവയാണ് ഇവ രണ്ടും. സംഭാഷണത്തിലൂടെ ഇന്ദുലേഖയെ കീഴടക്കാൻ ഒരുങ്ങിയ സൂരിക്ക് സ്വയം കീഴടങ്ങേണ്ടിവന്നത് എന്തുകൊണ്ട്? സൂരിയുടെ അധികാരശക്തിയും ആധിപത്യശ്രമവും നേരിടുന്ന പരാജയം സൂക്ഷ്മപരിശോധന യർഹിക്കുന്നു. ജാതി-ജന്മി മേൽക്കോയ്മയുടെയും പുരുഷമേധാവിത്വത്തിന്റെയും മൂർത്തീകരണമാണ് സൂരിനമ്പൂതിരിപ്പാട്. കൂട്ടുകുടുംബത്തിലെ

നിസ്സഹായയായ സ്ത്രീ, കടന്നാക്രമണങ്ങൾക്കെതിരെ ഭാഷണത്തിലൂടെ ഉയർത്തുന്ന പ്രതിരോധം ശ്രദ്ധേയമാണ്. ഇംഗ്ലീഷ് വിദ്യാഭ്യാസത്തിലൂടെ ഉൾക്കൊണ്ട പുതിയ പ്രത്യയശാസ്ത്രം, സൂരിയെ എതിരിടുന്ന സംഭാഷണസന്ദർഭങ്ങളിൽ, വിവിധഭാഷണതന്ത്രങ്ങൾക്ക് രൂപം നൽകുന്നു. പന്ത്രണ്ടും പതിമൂന്നും അദ്ധ്യായങ്ങളിലെ സൂരി-ഇന്ദുലേഖ സംഭാഷണത്തിന്റെ പരിധിക്കുള്ളിൽ നിന്നുകൊണ്ട് പ്രസ്തുത ഭാഷണതന്ത്രങ്ങളെക്കുറിച്ചുള്ള ഒരന്വേഷണമാണ് ഇവിടെ നടത്തുന്നത്. വിരുദ്ധങ്ങളായ വ്യവസ്ഥകൾ തമ്മിലും വിരുദ്ധങ്ങളായ പ്രത്യയശാസ്ത്രങ്ങൾ തമ്മിലും സംഭാഷണതലത്തിലുണ്ടാവുന്ന സംഘർഷങ്ങൾ, അതിന്റെ ഫലങ്ങൾ എന്നിവയെക്കുറിച്ച് മനസ്സിലാക്കാനുള്ള ശ്രമംകൂടിയാണിത്.

2

സംഭാഷണത്തിലെ ഊഴങ്ങളെ നിർണ്ണയിക്കുന്ന പൊതുതത്വങ്ങൾ കണ്ടെത്താനുള്ള ശ്രമങ്ങൾ സാമൂഹ്യശാസ്ത്രജ്ഞരായ ഹാർവിസാക്സും കൂട്ടരും നടത്തിയിട്ടുണ്ട്. അതനുസരിച്ച് സംഭാഷണത്തിലെ ആദ്യത്തെ ഊഴത്തിനാണ് പ്രാധാന്യം. ഒന്നാമത്തെയും രണ്ടാമത്തെയും ഊഴങ്ങൾ ചേരുന്നതാണ് സംഭാഷണത്തിലെ ഒരു ദ്വന്ദ്വം. ഒന്നാമൂഴത്തെ ആശ്രയിച്ച് നിൽക്കുന്നതാണ് രണ്ടാമൂഴം. ഒന്നാമൂഴം, രണ്ടാമൂഴത്തെ നിർണ്ണയിക്കുന്നു. ഒന്നാമൂഴത്തിന്റെ ഭാഷകൻ രണ്ടാമൂഴക്കാരനെ നിർദ്ദേശിക്കുന്നു. ആരെയും നിർദ്ദേശിക്കുന്നില്ലെങ്കിൽ, സ്വയം തെരഞ്ഞെടുക്കുന്നവർക്കുള്ളതാണ് രണ്ടാമൂഴം. രണ്ടുപേർ തമ്മിലുള്ള സംഭാഷണത്തിൽ ആദ്യത്തെ ഊഴം ചോദ്യംകൊണ്ടായാൽ ചോദ്യകർത്താവിന് ചില പ്രത്യേക അവകാശങ്ങൾ ലഭിക്കുന്നു. ഒന്നാമൂഴത്തിലെ ചോദ്യത്തിന് ഉത്തരം പറയാനുള്ള ബാദ്ധ്യത രണ്ടാമന്റേതാണ്. ഉത്തരത്തിനുശേഷം വീണ്ടും സംഭാഷണം തുടരാനുള്ള അവകാശം ഒന്നാമൂഴക്കാരനായ ചോദ്യകർത്താവിനാണ്. അയാൾ സംഭാഷണം തുടരുന്നത് ചോദ്യം കൊണ്ടു തന്നെയാവാം. ചോദ്യം-ഉത്തരം-ചോദ്യം-ഉത്തരം എന്നിങ്ങനെ ചോദ്യോത്തരങ്ങളുടെ ശൃംഖലയായി തുടർന്നുപോകുന്ന സംഭാഷണമാണ് ഇതിന്റെ ഫലം. ഉത്തരം ചോദ്യത്തെ ആശ്രയിക്കുന്നതും ചോദ്യത്താൽ ബന്ധിതവുമാണ്. ചോദ്യത്തിന്റെ സ്വഭാവം, വ്യാപ്തി എന്നിവയാണ് ഉത്തരത്തെ നിർണ്ണയിക്കുന്നത്. ഒരു ചോദ്യവും ഉത്തരവും ചേരുന്ന ദ്വന്ദ്വത്തെ സംഭാഷണത്തിലെ ഏകകമായി (unit) കണക്കാക്കാം.

ലളിതമായ പ്രക്രിയയാണിതെന്ന് ഒറ്റനോട്ടത്തിൽ തോന്നാം. എന്നാൽ സംഭാഷണത്തിന്റെ ഘടന പലപ്പോഴും സങ്കീർണ്ണവും ലളിതമായ വിശകലനങ്ങൾക്ക് വഴങ്ങാത്തതുമാണ്. ഒന്നാമൂഴത്തിലെ

ചോദ്യത്തെ മൗനംകൊണ്ടോ മറുചോദ്യംകൊണ്ടോ നേരിടാം. ചോദ്യത്തെ മറ്റൊരു ചോദ്യംകൊണ്ട് നേരിടുമ്പോൾ ആദ്യത്തെ ചോദ്യ കർത്താവിന്റെ പ്രത്യേകാവകാശങ്ങൾ നഷ്ടപ്പെടുകയും അവയെല്ലാം രണ്ടാമത്തെയാൾക്ക് കൈവരികയും ചെയ്യുന്നു. ഉത്തരം പറയാനുള്ള ബാദ്ധ്യത ഇപ്പോൾ ഒന്നാമനും, വീണ്ടും സംഭാഷണം തുടരാനുള്ള അവകാശം രണ്ടാമനുമാണ്.

ജാതി, പദവി, അധികാരം, പ്രായം ഇവയിൽ മുന്നിട്ടുനില്ക്കുന്നവർ ഒന്നാമൂഴക്കാരാകുന്നത്, നരവംശശാസ്ത്രത്തെ അത്ഭുതപ്പെടുത്തുന്നില്ല. ഗോത്രത്തിൽ ഗോത്രത്തലവന്റേതാണ് ആദ്യത്തെയൂഴം. ജാതിവ്യവ സ്ഥയിൽ മേൽജാതിക്കാരനു ശേഷമാണ് കീഴെയുള്ളവരുടെ ഊഴം. പുരുഷാധിപത്യത്തിൽ പുരുഷന്റേതാണ് ഒന്നാമൂഴം. സംഭാഷണത്തിലെ ഊഴങ്ങൾക്ക് അധികാരശക്തിയുമായുള്ള ബന്ധം പല പഠനങ്ങളും സ്ഥാപിച്ചിട്ടുണ്ട്. സംഭാഷണം ആർ തുടങ്ങുന്നു? ഏതു രൂപത്തിൽ? അതിനോടുള്ള പ്രതികരണം എങ്ങനെ?- സംഭാഷണത്തിലെ അധി കാരഘടനയെ തിരിച്ചറിയാൻ ഈ വസ്തുതകൾ സഹായിക്കും.

"ഞാൻ വന്നപ്പോൾ താഴെ ഉണ്ടായിരുന്നു-ഇല്ലേ? കണ്ടതുപോലെ തോന്നി'' എന്ന സൂരിയുടെ ചോദ്യം ഇന്ദുലേഖയുമായി ഒന്നാമതുണ്ടായ സംഭാഷണത്തിന് തുടക്കം കുറിക്കുന്നു. രണ്ടാം സംഭാഷണം ആരം ഭിക്കുന്നത്, "ധീരർക്ക് പുല്ലും തരുണിമാരും സമം എന്നുള്ള പ്രമാണം ഇന്ദുലേഖ വായിച്ചിട്ടുണ്ടോ?'' എന്ന ചോദ്യത്തോടെയാണ്.

ചോദ്യരൂപത്തിലുള്ള ഒന്നാമൂഴംകൊണ്ട് ഭാഷകനു ലഭിക്കേണ്ട പ്രത്യേക അവകാശങ്ങളെല്ലാം രണ്ടു സംഭാഷണങ്ങളിലും സൂരിക്കു ലഭിക്കുകയാണെന്നത് പ്രധാനമാണ്. സൂരിയുടെ ചോദ്യം ഇന്ദുലേഖ യിൽ നിന്ന് ഉത്തരം ആവശ്യപ്പെടുന്നു. ഉത്തരം പറയേണ്ട ബാദ്ധ്യത സംഭാഷണത്തിന്റെ അംഗീകൃതധാരണയനുസരിച്ച് ഇന്ദുലേഖയ്ക്കുണ്ട്. പഞ്ചുമേനോനടക്കം മറ്റു പലരുമായും വെവ്വേറെ സന്ദർഭങ്ങളിൽ സൂരി സംഭാഷണങ്ങളിലേർപ്പെടുന്നുണ്ട്. അവയിലെല്ലാം ഈ പ്രത്യേക പാറ്റേൺ തന്നെ ആവർത്തിക്കുന്നത് ഒന്നാമൂഴം അധികാരശക്തിയുടെ ചിഹ്നമായിത്തീരാമെന്ന നമ്മുടെ ധാരണയെ സ്ഥിരപ്പെടുത്തുന്നു. പഞ്ചു മേനോനുമായി സംസാരിക്കുന്ന അഞ്ചു സന്ദർഭങ്ങളിലും സംഭാഷണം ആരംഭിക്കുന്നത് സൂരിനമ്പൂതിരിപ്പാടുതന്നെയാണ്.

നോവലിലെ സംഭാഷണത്തിൽ മാത്രമല്ല, മറ്റു ജീവിതവ്യാപാരങ്ങളി ലും അധികാരശക്തിയുടെ അടയാളമായി ഒന്നാമൂഴം മാറുന്നത് കാണാം.[3] നടത്തത്തിലും ഇരുത്തത്തിലും സൂരിക്കു പിന്നിലാണ് അന്യർക്ക് സ്ഥാനം. താനിരുന്നശേഷം "ഇരിക്കു, ഇരിക്കു, വിരോധമില്ല'' എന്നു

പറയുമ്പോഴും പഞ്ചുമേനോൻ ഇരിക്കാതെ പഞ്ചപുച്ഛമടക്കി നില്പാണ്. ഇന്ദുലേഖയുമായുള്ള രണ്ടു സംഭാഷണങ്ങളിലും സൂരിനമ്പൂതിരി ഇരിക്കുകയും ഇന്ദുലേഖ നിൽക്കുകയുമാണ്. "എന്റെ മുന്നിൽ ഇരിക്കണമെന്നുകൂടി താത്പര്യമുണ്ടായിരുന്നു എന്നു തോന്നുന്നു. പക്ഷേ, അതിന് ഞാൻ സമ്മതിച്ചില്ല" എന്ന് നമ്പൂതിരി തന്നെ പറയുമ്പോൾ ഇരിപ്പിനും നില്പിനും അധികാരസ്ഥാനവുമായുള്ള ബന്ധം തിരിച്ചറിയാൻ കഴിയും. കളിയിലും ഭക്ഷണത്തിലുമെല്ലാം ഇതേ മുൻഗണനാക്രമം ആവർത്തിക്കുന്നു. മറ്റു രംഗങ്ങളിലെ അധികാരശക്തിപ്രയോഗവുമായി ദൃഢമായി ബന്ധപ്പെട്ടതാണ് സംഭാഷണമെന്ന് ഇതിനാൽ വ്യക്തമാണ്.

ചോദ്യരൂപത്തിലുള്ള ഒന്നാമൂഴത്തിന് ഇന്ദുലേഖയുടെ ഉത്തരത്തിനു ശേഷം വീണ്ടും ചോദ്യം തുടരുകയാണ് സൂരി. ചോദ്യോത്തരദ്വന്ദ്വങ്ങളുടെ തുടർച്ചയായ ഏകകങ്ങൾ രണ്ടു സംഭാഷണങ്ങളിലും രൂപംകൊള്ളുന്നത് ഒന്നാം ചോദ്യത്തിന്റെ പ്രജനനശേഷിയിൽ നിന്നാണ്. ആദ്യസംഭാഷണത്തിൽ സൂരിയുടെ 44 ഊഴങ്ങളിൽ 24 ചോദ്യങ്ങളെയും രണ്ടാം സംഭാഷണത്തിൽ 38-ൽ 20 ചോദ്യങ്ങളെയും ഇന്ദുലേഖയ്ക്ക് നേരിടേണ്ടിവരുന്നു. സംഭാഷണത്തിലൂടെയുള്ള നിയന്ത്രണത്തിനും ആക്രമണത്തിനും തുടർച്ചയായ ചോദ്യരൂപങ്ങളെയാണ് സൂരി ആശ്രയിക്കുന്നതെന്നതിന് എത്രയെങ്കിലും പ്രത്യക്ഷമാതൃകകളുണ്ട്.

നമ്പൂതിരിപ്പാട് : താഴത്ത് വന്നതേ ഇല്ലേ?

ഇന്ദുലേഖ : വന്നതേ ഇല്ലാ.

നമ്പൂതിരിപ്പാട് : അതെന്തേ?

ഇന്ദുലേഖ : ഒന്നും ഉണ്ടായിട്ടല്ലാ

നമ്പൂതിരിപ്പാട് : ആദ്യം വരാൻ നിശ്ചയിച്ച ദിവസംസംഗതിവശാൽ പുറപ്പെട്ടുവാൻ തരമായില്ല. ആവിവരത്തിന് എഴുത്തയച്ചു- എഴുത്ത് കണ്ടില്ലേ?

ഇന്ദുലേഖ : ഞാൻ കണ്ടിട്ടില്ല.

നമ്പൂതിരിപ്പാട് : കുറത്തേടം കാണിച്ചില്ലേ?

ഇന്ദുലേഖ : നമ്പൂതിരി എന്നെ കാണിച്ചില്ല.

(പേ. 132)

*****

നമ്പൂതിരിപ്പാട് : എന്റെ ഒരു വർത്തമാനവും അറിയില്ലേ?

ഇന്ദുലേഖ : ഇല്ല.

നമ്പൂതിരിപ്പാട് : അപ്പോൾ ഞാൻ വരുന്ന വർത്തമാനവും അറിഞ്ഞിട്ടില്ലേ?

ഇന്ദുലേഖ : വരുന്നുണ്ടെന്ന് ഇവിടെ ആരോ ഇന്നലെയോ മറ്റോ പറഞ്ഞു കേട്ടു.

നമ്പൂതിരിപ്പാട് : അപ്പോൾ എന്റെ വർത്തമാനം ഇന്ദുലേഖ ആരോടും അന്വേഷിച്ചില്ലേ?

ഇന്ദുലേഖ : ഇല്ല.

നമ്പൂതിരിപ്പാട് : അതെന്താ?

ഇന്ദുലേഖ : ഒന്നും ഉണ്ടായിട്ടല്ല. അന്വേഷിച്ചില്ലാ. അത്രേയുള്ളൂ.

നമ്പൂതിരിപ്പാട് : ഞാൻ വന്ന കാര്യം എന്താണെന്ന് മനസ്സിലാക്കിയിരിക്കുമല്ലോ?

ഇന്ദുലേഖ : ഇല്ല. മനസ്സിലായിട്ടില്ല.

നമ്പൂതിരിപ്പാട് : എന്ത്, അതും മനസ്സിലായിട്ടില്ലേ?

ഇന്ദുലേഖ : ഇല്ലാ.

(പേ. 137-138)

*****

നമ്പൂതിരിപ്പാട് : ഇന്ദുലേഖയ്ക്ക് എത്ര വയസ്സായി?

ഇന്ദുലേഖ : പതിനെട്ട്.

നമ്പൂതിരിപ്പാട് : എനിക്ക് എത്ര വയസ്സായി എന്ന് ഇന്ദുലേഖയ്ക്ക് തോന്നുന്നു?

ഇന്ദുലേഖ : എനിക്ക് വയസ്സ് കാഴ്ചയിൽ ഗണിക്കാനുള്ള സാമർത്ഥ്യം ഉണ്ടെന്ന് തോന്നുന്നില്ല. അതുകൊണ്ട് എനിക്ക് പറവാൻ സാധിക്കയില്ല.

നമ്പൂതിരിപ്പാട് : എങ്കിലും ഏകദേശം മതിപ്പായി പറഞ്ഞുകൂടെ?

ഇന്ദുലേഖ : മതിപ്പായി പറഞ്ഞാൽ ശരിയാകയില്ല.

(പേ. 174)

സ്വതന്ത്രവും അവ്യക്തവുമായ ഉത്തരങ്ങൾക്കു പകരം നിയന്ത്രിതവും കൃത്യവുമായ ഉത്തരങ്ങൾ ആവശ്യപ്പെടുന്ന ചോദ്യങ്ങളാണ് സൂരിയുടേതെന്നതും അവയുടെ ആക്രമണസ്വഭാവത്തെ കാണിക്കുന്നു. മിക്ക ചോദ്യങ്ങളും ഉണ്ട്/ഇല്ല, അതെ/അല്ല, വേണം/വേണ്ട ഇവയിലൊന്ന് നിർബന്ധമായി തെരഞ്ഞെടുക്കാൻ ആവശ്യപ്പെടുന്നു. ചോദ്യത്തിന്റെ സ്വതന്ത്രതയും ഉത്തരത്തിന്റെ അസ്വതന്ത്രതയും ദ്വന്ദ്വത്തിലെ ഊഴങ്ങളുടെ പരസ്പരബന്ധം വ്യക്തമാക്കുന്നു.

ദ്വന്ദ്വത്തിലെ ആദ്യസ്ഥാനവുമായി ബന്ധപ്പെടുത്തി ചോദ്യത്തിന്റെ നിയന്ത്രണ-ആക്രമണസ്വഭാവങ്ങളെ കണ്ടെത്താൻ ശ്രമിക്കുകയാണ് നാം ചെയ്തത്. എന്നാൽ ചോദ്യരൂപത്തിന്റെ നിയതമായ അധീശത്വസ്വഭാവവും തിരിച്ചറിയേണ്ടതാണ്. ഐതിഹ്യങ്ങളിലും ഇതിഹാസങ്ങളിലും പുരാണങ്ങളിലും നാടോടിക്കഥകളിലും ചോദ്യരൂപം പലപ്പോഴും അധികാരചിഹ്നമാണ്. ആജ്ഞ അധികാരത്തിന്റെ പ്രത്യക്ഷരൂപമാണെങ്കിൽ ചോദ്യം പ്രച്ഛന്നരൂപമാണ്. നരകത്തിന്റെയും മരണത്തിന്റെയും വിധി നടപ്പാക്കുന്ന നിർണ്ണായകശക്തി പല സന്ദർഭങ്ങളിലും മിത്തുകളിലെ ചോദ്യരൂപങ്ങൾ ആർജ്ജിക്കുന്നതു കാണാം.[4] മതത്തിന്റെയും രാഷ്ട്രത്തിന്റെയും കുടുംബത്തിന്റെയും നീതി നടപ്പാക്കപ്പെട്ടത് ചോദ്യരൂപങ്ങളുടെ അധികാരശക്തിയിലൂടെയാണ്. അധികാരസ്ഥാനത്തുനിന്നുള്ള പുരോഹിതന്റെയും ഭരണാധിപന്റെയും കുടുംബത്തലവന്റെയും ഫ്യൂഡൽപ്രഭുവിന്റെയും ചോദ്യങ്ങൾ വ്യവസ്ഥയെ സംരക്ഷിക്കാനും ശക്തിപ്പെടുത്താനും ഉദ്ദേശിച്ചുള്ളതാണ്. എതിർചോദ്യങ്ങളെ അതൊരിക്കലും അംഗീകരിക്കുന്നില്ല. മേൽക്കോയ്മയുടെ ഈ ഭാഷണരൂപങ്ങൾ പരിപൂർണ്ണവിധേയത്വമുള്ള ഉത്തരങ്ങളാണ് ആവശ്യപ്പെടുന്നത്. അധികാരത്തിന്റെയും അറിവിന്റെയും അപ്രമാദിത്വം സ്ഥാപിക്കാനും മാറ്റങ്ങളെ മറികടക്കാനും നാം ഇന്നും ആശ്രയിക്കുന്നത് ചോദ്യരൂപങ്ങളുടെ അധീശത്വസ്വഭാവത്തെയാണ്.[5] നീതിന്യായം, നിയമം, വിദ്യാഭ്യാസം എന്നീ വ്യവസ്ഥകളുടെ നിലനില്പുതന്നെ ചോദ്യത്തിന്റെ മാന്ത്രിക ശക്തിയുമായി ബന്ധപ്പെട്ടതാണ്.

അധികാരശക്തിപ്രയോഗത്തിനും മേൽക്കോയ്മയ്ക്കും ഉതകുന്നത് ചോദ്യരൂപങ്ങളാണെന്ന് സൂരിനമ്പൂതിരിപ്പാട് കണക്കാക്കിയതിൽ തെറ്റില്ല.

സംഭാഷണത്തിലെ അധികാരഘടനയുടെ രൂപീകരണത്തിൽ ഭാഷണത്തിലെ ഊഴത്തോടൊപ്പം വിഷയവും പങ്കു വഹിക്കുന്നു. സംഭാഷണവിഷയം തിരഞ്ഞെടുക്കുന്നതും അവതരിപ്പിക്കുന്നതും ആര്? വിഷയത്തിന്റെ സ്വഭാവം എന്ത്? വിഷയം മാറ്റുന്നത് ആരുടെ താത്പര്യം അനുസരിച്ചാണ്? വിഷയത്തോടുള്ള പ്രതികരണമെന്താണ്? സൂരി-ഇന്ദുലേഖാ സംഭാഷണത്തിൽ ഭാഷണവിഷയവും അധികാരഘടനയും തമ്മിലുള്ള ബന്ധത്തെ വിശകലനംചെയ്യുമ്പോൾ നാം ഈ ചോദ്യങ്ങളിലാണ് ശ്രദ്ധ കേന്ദ്രീകരിക്കുന്നത്.

ഭാഷണവിഷയങ്ങളുടെ തെരഞ്ഞെടുപ്പിലും അവതരണത്തിലും സൂരിയുടെ മേൽക്കോയ്മ ബാഹ്യതലത്തിൽതന്നെ തിരിച്ചറിയാൻ കഴിയും. തന്നിൽ കേന്ദ്രീകരിക്കുന്നവയെന്നും ഇന്ദുലേഖയിൽ

കേന്ദ്രീകരിക്കുന്നവയെന്നും വിഷയത്തെ പൊതുവേ രണ്ടായി തിരിക്കാം. തന്നിൽനിന്ന് ഇന്ദുലേഖയിലേക്ക്, വീണ്ടും തന്നിലേക്ക്, അങ്ങനെയൊരാവർത്തനചക്രം വിഷയതലത്തിലുണ്ടെന്നു കാണാം. തന്റെ പാണ്ഡിത്യം, യൗവനം, ഇന്ദുലേഖയെ കാണാനിടയായ ഭാഗ്യം, സംബന്ധത്തിനുള്ള ആഗ്രഹം, കഥകളി ഭ്രാന്ത് ഇവയിൽ നിന്ന് ഇന്ദുലേഖയുടെ സൗന്ദര്യം, വയസ്സ്, ഇംഗ്ലീഷ് പഠിപ്പ്, പിയാനോസംഗീതം എന്നിവയിലേക്കും തിരിച്ചിങ്ങോട്ടും ചാഞ്ചാടിക്കൊണ്ടിരിക്കുന്ന വിഷയങ്ങൾക്ക് ഘടനാപരമായ പൊരുത്തമുണ്ട്. രണ്ടു സംഭാഷണങ്ങളുടെയും അവസാനഭാഗമൊഴികെ മറ്റെല്ലാ സന്ദർഭങ്ങളിലും വിഷയം തെരഞ്ഞെടുക്കുന്നതും അവതരിപ്പിക്കുന്നതും സൂരിതന്നെയാണെന്നതാണ് ഇതിനു കാരണം. വിഷയത്തിലെ സൂരിയുടെ അധികാരശക്തിപ്രയോഗമായിട്ടുതന്നെ വേണം ഇതിനെ കാണാൻ. നിർദ്ദേശിക്കുന്ന വിഷയത്തിന്റെ പരിധിക്കകത്ത് ഒരാൾ അന്യനെ നിർത്താൻ ശ്രമിക്കുന്നതും ഇച്ഛയ്ക്കും താത്പര്യത്തിനുമനുസരിച്ച് വിഷയം മാറ്റിക്കൊണ്ടിരിക്കുന്നതും സംഭാഷണത്തിലെ ശക്തമായ ആക്രമണതന്ത്രങ്ങളാണ്.

3

സംഭാഷണത്തിലെ ഊഴങ്ങളിലെയും വിഷയങ്ങളിലെയും ആധിപത്യശ്രമങ്ങളെ ഇന്ദുലേഖ നേരിടുന്നത് നിഷേധം, തടസ്സം, മറുചോദ്യം എന്നീ ഭാഷണതന്ത്രങ്ങളിലൂടെയാണ്.

ആദ്യസംഭാഷണത്തിൽ ചോദ്യരൂപത്തിലുള്ള സൂരിയുടെ ഒന്നാമൂഴത്തെ ഇന്ദുലേഖ പ്രതിരോധിക്കുന്നത് 'ഞാൻ അപ്പോൾ താഴത്തില്ല' എന്ന നിഷേധം കൊണ്ടാണ്. തുടർന്നുള്ള സൂരിയുടെ ഊഴങ്ങൾക്കെല്ലാം നിഷേധമാണ് ഉത്തരം. ആദ്യസംഭാഷണത്തിൽ സൂരിയുടെ 44 ഊഴങ്ങളിൽ 24 എണ്ണത്തെ ഇന്ദുലേഖ നിഷേധിക്കുമ്പോൾ, രണ്ടാമത്തേതിൽ 38-ൽ 14 എണ്ണത്തെയാണ് നിഷേധിക്കുന്നത്. സൂരിയുടെ ആക്രമണതന്ത്രങ്ങൾക്കുള്ള മറുതന്ത്രമെന്നനിലയിലാണ് ഇന്ദുലേഖയുടെ ഭാഷണങ്ങളിൽ നിഷേധത്തിന്റെ പാറ്റേൺ രൂപപ്പെടുന്നത്. സൂരിയുടെ ചോദ്യരൂപങ്ങളിലൂടെ മുൻനിരയിലേക്കു വരുന്ന അധികാരഭാവത്തെ അല്ല/ഇല്ലശബ്ദങ്ങളുടെ നിഷേധഭാവത്താൽ ഇന്ദുലേഖ പ്രതിരോധിക്കുന്നു. സൂരി-ഇന്ദുലേഖ സംഭാഷണത്തിൽ ആവർത്തിക്കുന്ന ചോദ്യം-നിഷേധം-ചോദ്യം-നിഷേധം എന്ന ക്രമം, ആക്രമണ-പ്രതിരോധതന്ത്രങ്ങളുടെ ആവർത്തനക്രമമെന്നനിലയിൽ അർത്ഥവത്തായിത്തീരുന്നു.

സൂരിയുടെ ഊഴങ്ങളെ നിഷേധംകൊണ്ട് നേരിടുമ്പോഴും പിന്നീട് ഭാഷണം തുടരാനുള്ള അവകാശത്തെ ആ നിഷേധം ഇല്ലായ്മ ചെയ്യുന്നില്ല. ചോദ്യരൂപത്തിലുള്ള ഊഴങ്ങൾക്കുശേഷം വരുന്ന നിഷേധം

പിന്നീടുള്ള ചോദ്യങ്ങളെ തടയുന്നില്ല. ചോദ്യനിഷേധങ്ങളുടെ ആവർത്തനക്രമം മാത്രമായിരിക്കും ഇതിന്റെ ഫലം. ആത്മസംരക്ഷണത്തിനുള്ള ഒരു ഭാഷണതന്ത്രമാണ് നിഷേധം. നിഷേധത്തോടൊപ്പം തടസ്സഭാഷണവും മറുചോദ്യവും ചേരുമ്പോൾ സൂരിയുടെ ഊഴങ്ങളെ എതിരിടുന്ന ഫലപ്രദമായ പ്രത്യാക്രമണതന്ത്രങ്ങൾ രൂപപ്പെടുന്നു. ഭാഷണത്തിനിടയിലെ മറ്റൊരാളുടെ തടസ്സപ്പെടുത്തൽ, ഭാഷകന്റെ മേൽക്കോയ്മയ്ക്കെതിരെയുള്ള ശക്തമായ ചെറുത്തുനില്പാണ്. സംഭാഷണത്തിലെ ആധിപത്യത്തിനുവേണ്ടിയുള്ള പോരാട്ടം മൂർച്ഛിക്കുന്നതിന്റെ അടയാളമായി തടസ്സപ്പെടുത്തൽ തന്ത്രത്തെ കാണാം. ആദ്യസംഭാഷണത്തിലെ ആദ്യത്തെ അഞ്ച് ഊഴങ്ങളെയും ഇന്ദുലേഖ നിഷേധംകൊണ്ടു നേരിട്ടപ്പോൾ നമ്പൂതിരിപ്പാട് തുടരുന്നു:

നമ്പൂതിരിപ്പാട് : ഇന്ദുലേഖ കറുത്തേടത്തിന് അമ്മയ്ക്ക് ബാന്ധവം ആയതിന് മുമ്പുണ്ടായ മകളായിരിക്കും.

ഇന്ദുലേഖ : ആരുടെ മകൾ? കറുത്തേടത്ത് നമ്പൂതിരിയുടെയോ? അല്ല, ഞാൻ നമ്പൂതിരിയുടെ മകളല്ല. രാമവർമ്മരാജാവിന്റെ മകളാണ്.

ഭാഷണത്തിനിടയിലെ നിരുപദ്രവമായ ഇടപെടലല്ല ഇത്. മറുചോദ്യംകൊണ്ടു തുടങ്ങുന്ന ഇന്ദുലേഖയുടെ തടസ്സതന്ത്രം സൂരിയുടെ ഭാഷണത്തിന്റെ ഗതി തടയാൻ ശക്തമാണ്. മറുചോദ്യങ്ങൾക്ക് ഉത്തരം പറയാനുള്ള അവകാശംപോലും സൂരിക്കു നൽകുന്നില്ല. ഇന്ദുലേഖയുടെ തടസ്സഭാഷണത്തിന് മൂന്നു ഭാഗങ്ങളുണ്ട്.

1. ചോദ്യം : ആരുടെ മകൾ? കറുത്തേടത്ത് നമ്പൂതിരിയുടെയോ?

ചോദ്യത്തിന്റെ അധികാരഭാവം തടസ്സഭാഷണത്തിന് ശക്തി നൽകുന്നു.

2. നിഷേധം : അല്ല, ഞാൻ നമ്പൂതിരിയുടെ മകളല്ല.

ഇത് മുൻനിഷേധരൂപങ്ങൾക്ക് തുടർച്ചയായി നിൽക്കുന്നു. നിഷേധഭാവത്തിന്റെ സ്ഥിരതയെക്കാണിക്കുന്നു.

3. ഉത്തരം : രാമവർമ്മരാജാവിന്റെ മകളാണ്.

ഇതിലൂടെ ആധികാരികമായ ഉത്തരം തന്റേതു മാത്രമാണെന്ന് സ്ഥാപിക്കുന്നു. അതിനുള്ള അർഹത സൂരിക്കില്ലെന്നു വരുത്തുന്നു.

ഇന്ദുലേഖയുടെ തടസ്സപ്പെടുത്തലിനെത്തുടർന്ന് സംഭാഷണം തുടരാനാവാതെ പതറുകയാണ് സൂരി. തുടർന്നുള്ള പ്രതികരണം അത് തെളിയിക്കുന്നു.

നമ്പൂതിരിപ്പാട് : അതെ, അതെ. അതാണ് ഞാൻ പറഞ്ഞത്.

ഇന്ദുലേഖ : എന്നാൽ ശരി.

(പേ. 133)

ഭാഷണത്തിനിടയിലെ തടസ്സഭാഷണപ്രയോഗം ഇവിടെ എതിരാളിയെ കീഴടങ്ങാൻ നിർബന്ധിതനാക്കുകയും ആധിപത്യം പിടിച്ചുപറ്റുകയും ചെയ്യുന്നു.

ചോദ്യനിഷേധങ്ങൾ ഉപയോഗിച്ചുള്ള തടസ്സം പലേടത്തും ആവർത്തിക്കുന്നത് സൂരിയെ വല്ലാതെ നിസ്സഹായനാക്കുന്നുണ്ട്.

നമ്പൂതിരിപ്പാട് : ഇന്ദുലേഖയുടെ സൗന്ദര്യത്തെക്കുറിച്ചു കേട്ടുകേട്ട് എനിക്ക് നിവൃത്തിയില്ലാതെയായി.

ഇന്ദുലേഖ : എന്റെ സൗന്ദര്യംകൊണ്ട് ഇവിടേക്ക് എന്താണ് നിവൃത്തിയില്ലാതെ ആയത് എന്ന് എനിക്ക് മനസ്സിലായില്ല.

നമ്പൂതിരിപ്പാട് : ഇന്ദുലേഖയുടെ വർത്തമാനം കേട്ടുകേട്ട് മനവക കാര്യങ്ങൾ യാതൊന്നും ഞാൻ നോക്കാതെയായി.

ഇന്ദുലേഖ : ഇത് മഹാകഷ്ടം. ഞാൻ മനവക കാര്യങ്ങൾക്ക് ഇത്ര വിരോധിയോ? ഇതിന് എന്താണ് സംഗതി. ?

(പേ. 133)

ഇന്ദുലേഖയുടെ ചോദ്യത്തിൽനിന്ന് ഒഴിഞ്ഞുമാറാൻ 'സംസ്കൃത ശ്ലോകത്തിന്റെ വില്പത്തി'യിലേക്ക് വിഷയം മാറ്റുകയാണ് സൂരി. ഭാഷണത്തിൽ പരാജിതനായവന്റെ ഒളിച്ചോട്ടമാണിത്.

സൂരിയുടെ ചോദ്യങ്ങളെ ഇന്ദുലേഖ മറുചോദ്യങ്ങൾകൊണ്ട് നേരിടുന്ന അവസരങ്ങൾ വിരളമല്ല. വിധേയത്വമുള്ള ഉത്തരങ്ങളാണ്, അധികാരപക്ഷത്തുനിന്നുള്ള സൂരിയുടെ ചോദ്യങ്ങൾ ആവശ്യപ്പെടുന്നതെന്ന് നാം കണ്ടു. അധികാരചിഹ്നങ്ങളായ ഈ ചോദ്യങ്ങൾക്കെതിരെയുള്ള ഇന്ദുലേഖയുടെ മറുചോദ്യങ്ങൾ വ്യവസ്ഥയ്ക്കെതിരെയുള്ള വെല്ലുവിളികളാണ്. അനുസരണയുള്ള ഉത്തരത്തിന്റെ അസ്വതന്ത്രതയെ ഭേദിച്ച് മേൽക്കോയ്മയ്ക്കെതിരെ കലാപം കൂട്ടുകയാണ് ചോദ്യരൂപങ്ങൾ.

നമ്പൂതിരിപ്പാട് : ഇത്ര പറഞ്ഞാൽ മനസ്സിലാവില്ലേ?

ഇന്ദുലേഖ : പറഞ്ഞേടത്തോളം മനസ്സിലായി. പറയാത്തത് എങ്ങനെ മനസ്സിലാവും?

(പേ. 137)

*****

നമ്പൂതിരിപ്പാട് :... എന്താണ് ഇന്ദുലേഖ ഒന്നും പറയാത്തത്?

ഇന്ദുലേഖ : ഇവിടുന്ന് ഇവിടുത്തെ വർത്തമാനങ്ങളെക്കുറിച്ച് പറയുമ്പോൾ ഞാനെന്താണ് എടയിൽ പറയേണ്ടത്?

(പേ. 175)

*****

നമ്പൂതിരിപ്പാട് : എന്ത് ബുദ്ധിമുട്ടാണ്, ശ്ലോകം ചൊല്ലുന്നത് ഒരു രസികത്വമല്ലേ?

ഇന്ദുലേഖ : അതെന്താ?

(പേ. 175)

ചോദ്യരൂപത്തിലുള്ള ഊഴങ്ങൾകൊണ്ട് സൂരിക്കു ലഭിക്കുന്ന പ്രത്യേക അവകാശങ്ങളൊക്കെയും ഇല്ലായ്മ ചെയ്യുകയാണ് ഈ മറുചോദ്യങ്ങൾ. ചോദ്യം-ഉത്തരം എന്ന അധികാരഘടനയുടെ അംഗീകൃതമായ പാറ്റേണിനു പകരം, ചോദ്യം-മറുചോദ്യം എന്ന അധികാരഘടനയ്ക്കെതിരായ പുതിയൊരു പാറ്റേൺ ഭാഷണത്തിലൂടെ രൂപപ്പെടുന്നു.

സംഭാഷണത്തിലെ ഊഴങ്ങളെ നേരിടാനുള്ള ഇന്ദുലേഖയുടെ തന്ത്രങ്ങൾ ഭാഷണവിഷയങ്ങൾക്കെതിരെയുള്ള തന്ത്രങ്ങൾ കൂടിയാണെന്നു കാണാം. നിഷേധം, തടസ്സം, മറുചോദ്യം ഇവ വിഷയമാറ്റത്തിനും സൂരിയെ നിർബ്ബന്ധിതനാക്കുന്നു. വിഷയത്തിന്റെ തെരഞ്ഞെടുപ്പിലും അവതരണത്തിലും സൂരി സ്വതന്ത്രനാണെങ്കിലും അതിനോടുള്ള ഇന്ദുലേഖയുടെ പ്രതികരണങ്ങൾ വിഷയത്തിന്റെ അസ്വാതന്ത്ര്യത്തെ ഭേദിക്കാനുള്ള നീക്കങ്ങളായിത്തീരുന്നു. രണ്ടോ മൂന്നോ ഏകകങ്ങളവസാനിക്കുമ്പോൾ വിഷയം മാറ്റാൻ സൂരി നിർബ്ബന്ധിക്കപ്പെടുന്നത് ഈ പരിതഃസ്ഥിതിയിലാണ്. വിഷയത്തിലെ മേൽക്കോയ്മ തനിക്കാണെന്നു ഭാവിക്കുന്ന സൂരിക്ക് ഇന്ദുലേഖയെ കുരുക്കാൻ പറ്റിയ ഒരു വിഷയവും കിട്ടുന്നില്ലെന്നത് പരിതാപകരമാണ്. അധികാരശക്തിയല്ല, ദൗർബല്യമാണ് വിഷയമാറ്റത്തിന് കാരണമാവുന്നതെന്ന് ആന്തരതലത്തിൽ വ്യക്തമാവുന്നു.

അധീശത്വത്തിനെതിരെയുള്ള ചെറുത്തുനില്പിന്റെ സ്വാഭാവികാന്ത്യമാണ് രണ്ടു സംഭാഷണങ്ങളുടെയും അവസാനം. സംഭാഷണത്തിന്റെ തുടക്കവും തുടർച്ചയും പോലെ അവസാനവും ഭാഷണവിശകലത്തിൽ മർമ്മപ്രധാനമാണ്. ഭാഷണം ആര് അവസാനിപ്പിക്കുന്നു? ഏതു രീതിയിൽ?-സംഭാഷണത്തിലെ അധികാരഘടനയുടെ രൂപീകരണത്തിന് അടിസ്ഥാനമാവുന്ന ഘടകങ്ങളാണിവ.

നമ്പൂതിരിപ്പാട് : ഇന്ദുലേഖയോടു കൂടിത്തന്നെ എല്ലായ്പ്പോഴും ഇരിക്കാനാണ് എന്റെ മോഹം.

ഇന്ദുലേഖ : അത് സാധിക്കാത്ത മോഹമാണെന്ന് എനിക്കു തോന്നുന്നു.

ഇത്രത്തോളം പറയുമ്പോഴേക്കും കേശവൻനമ്പൂതിരി വെള്ളിത്തട്ടിൽ മുറുക്കാനും മറ്റും എടുത്ത്മുകളിലേക്കു കയറിവന്നു.

ഇന്ദുലേഖ : എനിക്കിനി മേൽകഴുകി അമ്പലത്തിൽ പോവണം. കേശവൻ നമ്പൂതിരി ഇവിടെ ഇരിക്കൂ.

എന്നും പറഞ്ഞ് വേഗം താഴത്തേക്ക് ഇറങ്ങിപ്പോയി.

(പേ. 138, 139)

(ഒന്നാം സംഭാഷണം അവസാനിക്കുന്നു.)

ഇന്ദുലേഖ : ഇത് എന്തു ഗോഷ്ടിയാണ്?

നമ്പൂതിരിപ്പാട് : ഗോഷ്ടിയോ? മഹാഭാഗ്യം ആയിരിക്കുന്നു എനിക്ക്. ഞാൻ നൃത്തം ചെയ്യണ്ടേ? എനിക്ക് ഇന്ദുലേഖയെ കിട്ടിയില്ലേ? എന്റെ കാര്യം സാധിച്ചില്ലേ?

ഇന്ദുലേഖ : ഈ വക ഗോഷ്ടികൾ പറയരുതേ. ഞാൻ ഈ ജന്മം അങ്ങേ ഭാര്യയായി ഇരിക്കയില്ല. എന്നെ അങ്ങുന്ന് ആഗ്രഹിക്കുന്നുണ്ടെങ്കിൽ അതിന് ഞാൻ വിചാരിച്ചാൽ നിവൃത്തിയില്ല. അങ്ങുന്ന് എനിമേലിൽ എന്നോട് ഈ വക ഒരു വാക്ക് പറഞ്ഞാൽ അങ്ങേ ഒരിക്കലും കാണുകയും ഇല്ല. എനിക്കു പ്രവൃത്തികൾ ഉണ്ട്. എന്നും പറഞ്ഞ് ഇന്ദുലേഖ അകത്തേക്കു പോയി.

(പേ. 178)

(രണ്ടാം സംഭാഷണം അവസാനഭാഗം)

സൂരിയുടെ ആഗ്രഹത്തിന് വിപരീതമായ രീതിയിൽ രണ്ടു സംഭാഷണങ്ങളും ഇന്ദുലേഖയാണ് അവസാനിപ്പിക്കുന്നത്. തന്റെ ഊഴത്തോടെ ഏകപക്ഷീയമായി ഭാഷണം അവസാനിപ്പിക്കുകയാണെന്നത്, സൂരിയുടെ അധികാരശക്തിക്കെതിരായ നിഷേധത്തിന്റെ ആത്യന്തികരൂപമാണ്. രംഗത്തുനിന്നുള്ള ഇന്ദുലേഖയുടെ നിഷ്ക്രമണം, സൂരിക്ക് ഭാഷണം തുടരാനുള്ള സാധ്യതയെയാണ് ഇല്ലാതാക്കുന്നത്. വീണ്ടും തുടരാൻ നിവൃത്തിയില്ലാതെ സംഭാഷണത്തിന്റെ വാതിൽ വലിച്ചടയ്ക്കുന്നതോടെ സൂരിനമ്പൂതിരിയെ ഉന്നതസ്ഥാനത്തു പ്രതിഷ്ഠിച്ച അധികാരഘടനയെ കീഴ്മേൽമറിക്കുകയാണ് ഇന്ദുലേഖ.

4

സംഭാഷണത്തിലെ ഊഴത്തെയും വിഷയത്തെയും അടിസ്ഥാനമാക്കി അധികാരഘടനയുടെ രൂപീകരണവും ശിഥിലീകരണവും നടക്കുന്നതെങ്ങനെയെന്ന് വിശകലനം ചെയ്യാനാണ് ഇവിടെ ശ്രമിച്ചത്. എന്നാൽ ഭാഷണത്തിന്റെ തലത്തിലെ അധീശത്വശ്രമങ്ങളെ മാത്രമല്ല ഇന്ദുലേഖ നേരിടുന്നത്. വേഷം, നോട്ടം, ശരീരനില, ശബ്ദം ഇവയെല്ലാമുൾക്കൊള്ളുന്ന വാച്യേതരഭാഷയുടെ തലത്തിലും അധികാരശക്തിപ്രയോഗത്തെ ഇന്ദുലേഖയ്ക്ക് നേരിടേണ്ടിവരുന്നു. "തല മുഴുവൻ സ്വർണ്ണവർണ്ണത്തൊപ്പി, ശരീരം മുഴുവൻ സ്വർണ്ണവർണ്ണക്കുപ്പായം, ഉടുത്ത പട്ടക്കര മുഴുവൻ സ്വർണ്ണം, കാലിൽ സ്വർണ്ണക്കുമിഴുള്ള മെതിയടി, കൈവിരൽ പത്തിലും സ്വർണ്ണമോതിരങ്ങൾ, പോരാത്തതിന് സർവ്വം സ്വർണ്ണവർണ്ണമായ ഒരു ഉപ്പട്ട കുപ്പായത്തിന്റെ മീതെ പൊതച്ചിട്ട് കൈയിൽ കുടക്കൂടെ നോക്കാൻ ചെറിയ ഒരു സ്വർണ്ണക്കൂട്ടു കണ്ണാടി-സ്വർണ്ണം-സ്വർണ്ണം-സർവ്വം സ്വർണ്ണം!'' പല്ലക്കിൽ നിന്ന് ഇറങ്ങിയപ്പോഴുള്ള ഈ വേഷംതന്നെ രണ്ടു സംഭാഷണസന്ദർഭങ്ങളിലും സൂരി എടുത്തണിയുന്നത് സ്വർണ്ണത്തിന്റെ പ്രഭാവം പ്രദർശിപ്പിച്ചുകൊണ്ടുള്ള അധികാരശക്തിപ്രയോഗത്തിനാണ്. വേഷത്തിന്റെ തലത്തിൽ ശക്തിബന്ധങ്ങളെ നിർവ്വചിക്കാനും രൂപപ്പെടുത്താനും ശ്രമിക്കുകയാണ് സൂരി. "പൊൻകുമിഴ് മെതിയടിയും ഇട്ട് കോണിയിന്മേൽ കടാ-പടാ എന്നു ശബ്ദിപ്പിച്ചുകൊണ്ട്'' സംഭാഷണത്തിന് ചെല്ലുമ്പോൾ, സൂരിയുടെ മെതിയടി കേൾപ്പിക്കുന്നത് അധികാരത്തിന്റെ ഭീഷണശബ്ദം തന്നെയാണ്. "ഇന്ദുലേഖയുടെ മുഖത്തുനിന്ന് കണ്ണുപറിക്കാതെയുള്ള'' സൂരിയുടെ തുറിച്ചുനോട്ടം ഇണയെ കീഴ്പ്പെടുത്താനൊരുങ്ങുന്ന പുരുഷന്റെ ചിരപുരാതനായുധമാണ്. "യാതൊരു ഭാവഭേദവും കൂടാതെ നമ്പൂതിരിപ്പാട്ടിലെ മുഖത്തു നോക്കിക്കൊണ്ട്'' നിൽക്കുന്ന ഇന്ദുലേഖ നോട്ടത്തെ നോട്ടംകൊണ്ടുതന്നെ പ്രതിരോധിക്കുകയും കീഴടങ്ങാനൊരുക്കമില്ലെന്ന് കണ്ണുകൾകൊണ്ട് മുന്നറിയിപ്പു നൽകുകയും ചെയ്യുന്നു. സംഭാഷണാവസരങ്ങളിൽ കസേരയിൽ സുസ്ഥിരനായി ഇരുന്നുകൊണ്ടുള്ള സൂരിയുടെ ശരീരനില അധികാരഘടനയുടെ ശക്തിയെയും സ്ഥിരതയെയും കാണിക്കുന്നു. "പരീക്ഷയ്ക്ക് ഒരു ക്ലാസ്സിലെ കുട്ടി എഴുന്നേറ്റു നില്ക്കുമ്പോലെ പുറത്തളത്തിലെ ഒരു ചാരുപടിയും പിടിച്ച്'' ഒന്നാം സംഭാഷണത്തിലും, "തലേ ദിവസത്തെപ്പോലെ വിസ്താരത്തിന് കൂട്ടിൽ നിർത്തിയ തടവുകാരന്റെ ഭാവത്തോടെ ചാരുപടിയും പിടിച്ച്'' രണ്ടാം സംഭാഷണത്തിലും നിൽക്കുകയാണ് ഇന്ദുലേഖ. അസ്ഥിരവും അനിശ്ചിതവുമായ ഈ ശരീരനില സ്ത്രീയുടെ അരക്ഷിതമായ അവസ്ഥയുടെ അടയാളമാണ്. അധികാരഘടനയെ ശക്തിപ്പെടുത്തുന്നതും

കീഴ്മേൽമറിക്കുന്നതും വാച്യഭാഷയിലെ ഘടകങ്ങൾ മാത്രമല്ലെന്നും, വാച്യേതരമായ ഘടകങ്ങൾക്ക് നിർണ്ണായകസ്വാധീനശക്തിയുണ്ടെന്നും ഇത് സൂചിപ്പിക്കുന്നു. നോവലിൽ മൗനത്തിന് ശബ്ദത്തേക്കാൾ മുഴക്കം അനുഭവപ്പെടുന്നത് അപ്പോഴാണ്.

(1993 മാർച്ച്)

●

കുറിപ്പുകൾ

1. 18-ാം അധ്യായത്തിന് 'ഒരു സംഭാഷണം' എന്ന ശീർഷകം നൽകിയത് അർത്ഥവത്താണ്.
2. 12-ാം അധ്യായം: "നമ്പൂതിരിപ്പാടും ഇന്ദുലേഖയുമായി ഒന്നാമത് ഉണ്ടായ സംഭാഷണം. " 13-ാം അധ്യായം: "നമ്പൂതിരിപ്പാടും ഇന്ദുലേഖയുമായുണ്ടായ രണ്ടാമത്തെ സംഭാഷണം. "
3. "രാവിലെ കുളിക്കാൻ എത്തുമെന്ന് അറിയിച്ചപ്രകാരം രണ്ടാമതും അതിഘോഷമായി സദ്യയ്ക്ക് വട്ടംകൂട്ടി പഞ്ചുമേനോനും കേശവൻനമ്പൂതിരിയും കൂടി ഏകദേശം പന്ത്രണ്ടു മണിവരെ കുളിക്കാതെ കാത്തുനിന്നു. "-ഒ. ചന്തുമേനോൻ, ഇന്ദുലേഖ, 1966, നാഷണൽ ബുക്സ്റ്റാൾ, കോട്ടയം. പേജ് 110.
4. മഹാഭാരതത്തിൽ ധർമ്മദേവന്റെ ചോദ്യങ്ങൾക്ക് യുധിഷ്ഠിരൻ നൽകുന്ന ശരിയായ ഉത്തരങ്ങളാലാണ് പാണ്ഡവർക്ക് നഷ്ടപ്പെട്ട ജീവൻ തിരിച്ചുകിട്ടുന്നത്. വിലക്കപ്പെട്ട ചോദ്യങ്ങൾ ചോദിക്കുന്നതിലൂടെ നചികേതസ്സിനു ലഭിച്ചത് നരകമാണ്.
5. പോലീസുകാരന്റെയും വക്കീലിന്റെയും ഡോക്ടറുടെയും അധ്യാപകന്റെയും ചോദ്യം ചെയ്യൽ അതാതു മേഖലകളിലെ അധികാരശക്തിപ്രയോഗം കൂടിയാണ്.

പ്രതിസംജ്ഞയുടെ പ്രത്യയശാസ്ത്രം

സങ്കീർണ്ണമായ സാമൂഹ്യബന്ധങ്ങളിൽ നിന്ന് രൂപംകൊള്ളുന്നവയാണ് ഭാഷയിലെ സർവ്വനാമപ്രയോഗങ്ങൾ. പിറക്കുന്ന കാലത്തിന്റെയും അതാത് സംസ്കാരത്തിന്റെയും മുദ്ര അവയിൽ പതിഞ്ഞിരിക്കും. സമൂഹത്തിന്റെയും ഭാഷയുടെയും ചരിത്രത്തിലുണ്ടാവുന്ന മാറ്റങ്ങൾക്കനുസരിച്ച് അവയ്ക്ക് രൂപാന്തരവും അർത്ഥാന്തരവും സംഭവിക്കുന്നു. സാമൂഹ്യവൈരുദ്ധ്യങ്ങളും സംഘർഷങ്ങളും സർവ്വനാമങ്ങൾ തമ്മിലുള്ള ബന്ധത്തെ സ്വാധീനിക്കുകയും നിർണ്ണയിക്കുകയും ചെയ്യുന്നു. സർവ്വനാമങ്ങളുടെ തെരഞ്ഞെടുപ്പും പ്രയോഗവും ലളിതമായ പ്രക്രിയയല്ലെന്ന് സമൂഹഭാഷാശാസ്ത്രത്തിലെയും നരവംശശാസ്ത്രത്തിലെയും മനഃശാസ്ത്രത്തിലെയും സമകാലപഠനങ്ങൾ തെളിയിക്കുന്നു.

വ്യക്തിയുടെയും സമൂഹത്തിന്റെയും അബോധപ്രേരണകൾ സർവ്വനാമങ്ങളുടെ തെരഞ്ഞെടുപ്പിലും പ്രയോഗത്തിലും കാണാൻ കഴിയും. സർവ്വനാമപ്രയോഗശീലങ്ങൾ അബോധപൂർവ്വം രൂപപ്പെടുത്തുന്നതിൽ പ്രത്യയശാസ്ത്രങ്ങൾക്ക് വലുതായ പങ്കുണ്ട്. ഫലത്തിൽ സർവ്വനാമങ്ങളുടെ സ്വഭാവത്തെക്കുറിച്ചുള്ള അന്വേഷണം സവിശേഷമായ സാമൂഹ്യബന്ധങ്ങളെക്കുറിച്ചും പ്രത്യയശാസ്ത്രപ്രേരണകളെക്കുറിച്ചുമുള്ള അന്വേഷണമായിത്തീരുന്നു.

നോവലിലെ സർവ്വനാമപ്രയോഗങ്ങൾ സംഭാഷണവിശകലനത്തിലെ പ്രധാന ഘടകങ്ങളായിത്തീരാൻ കാരണമിതാണ്. രചനയിലെ അബോധചോദനകളെ മനസ്സിലാക്കാനുള്ള അടയാളങ്ങളാണവ. എഴുത്തുകാരന്റെ ഇച്ഛയ്ക്കും കഥാപാത്രങ്ങളുടെ ബോധത്തിനും അതീതമായ

ഈ ഭാഷണഘടകങ്ങൾ നോവലിലെ അധികാരഘടനയെ തിരിച്ചറിയാൻ നമ്മെ സഹായിക്കുന്നു. അസമമായ ഒരു സാമൂഹ്യവ്യവസ്ഥയിൽ അധികാരം സ്ഥാപിക്കുന്നതും നിലനിർത്തുന്നതും ബലപ്രയോഗത്തിലൂടെ മാത്രമല്ല. അധീശവർഗ്ഗം പ്രത്യയശാസ്ത്രപ്രയോഗത്തിന്റെ വിവിധ രൂപങ്ങളെ അതിന് ഉപയോഗപ്പെടുത്തുന്നു. ഭാഷണം, ഒരു പ്രത്യയശാസ്ത്രപ്രയോഗരൂപമാണ്. സർവ്വനാമങ്ങളടക്കമുള്ള ഭാഷണത്തിലെ ഘടകങ്ങളെല്ലാം സമൂഹബോധത്തെ രൂപപ്പെടുത്താനും സ്വാധീനിക്കാനും നിയന്ത്രിക്കാനുമുള്ള പ്രത്യയശാസ്ത്രശ്രമങ്ങളുടെ ഭാഗമായി മാറുന്നു. മേൽക്കോയ്മയെ സാധൂകരിക്കുന്ന സർവ്വനാമപ്രയോഗങ്ങൾ ഭാഷണശീലങ്ങളായിത്തീരുന്നു. ആധിപത്യത്തിനും അടിമത്തത്തിനും ചേരുന്ന സർവ്വനാമപ്രയോഗത്തിന്റെ പാറ്റേണുകൾ ഭാഷണത്തിൽ രൂപപ്പെടുന്നു. ചില സർവ്വനാമങ്ങൾ അധികാരചിഹ്നങ്ങളായി മാറുമ്പോൾ മറ്റുചിലവ അപമാനവീകരിക്കപ്പെടുന്നു. വേറെ ചിലത് തമസ്കരിപ്പെടുന്നു. സാമൂഹ്യവൈരുദ്ധ്യങ്ങൾ മൂർച്ഛിക്കുകയും മേൽക്കോയ്മയ്ക്കെതിരെയുള്ള ചെറുത്തുനില്പ് ശക്തമാവുകയും ചെയ്യുന്ന സന്ദർഭങ്ങളിൽ ഭാഷണത്തിലെ അധികാരഘടനയും അപകടപ്പെടുന്നു. അസമമായ ഭാഷണവ്യവസ്ഥയ്ക്കെതിരെ ഭാഷണഘടകങ്ങൾ കലാപത്തിനൊരുങ്ങുന്നു. പ്രതിരോധചിഹ്നങ്ങളായി മാറുന്ന സർവ്വനാമങ്ങൾ നിലവിലുള്ള പാറ്റേണുകളെ ശിഥിലമാക്കുകയും പുതിയവയെ രൂപപ്പെടുത്തുകയും ചെയ്യുന്നു.

നോവലിലെ പാത്രഭാഷണത്തിൽ സർവ്വനാമപ്രയോഗങ്ങളുടെ ആധിപത്യ-പ്രതിരോധപ്രവണതകളെക്കുറിച്ചുള്ള അന്വേഷണമാണ് ഈ പ്രബന്ധം. ഇന്ദുലേഖ ഒന്നാമദ്ധ്യായത്തിലെ രണ്ടു സംഭാഷണസന്ദർഭങ്ങളെയാണ് ഇവിടെ വിശകലനം ചെയ്യുന്നത് (അനുബന്ധം ഒന്ന്). അല്പനേരം മാത്രം നീണ്ടുനിൽക്കുന്ന ഈ സംഭാഷണഭാഗങ്ങളിൽ മാധവനെക്കൂടാതെ ചാത്തരമേനോൻ, കുമ്മിണിയമ്മ, ശങ്കരമേനോൻ, പാർവ്വതിയമ്മ എന്നീ കഥാപാത്രങ്ങൾ പ്രത്യക്ഷപ്പെടുന്നു. ശിന്നന്റെ വിദ്യാഭ്യാസത്തിന്റെ പേരിൽ പഞ്ചുമേനോനും മാധവനും തമ്മിലുള്ള അഭിപ്രായവ്യത്യാസമാണ് ഇവിടെ ഭാഷണവിഷയം. ഈ പ്രശ്നത്തിൽ മാധവന്റെ നിലപാടിനെതിരെ, പഞ്ചുമേനോന്റെ പക്ഷത്തു നിന്നുകൊണ്ടാണ് ഇതരകഥാപാത്രങ്ങൾ സംസാരിക്കുന്നത്. പഞ്ചുമേനോനെ നേരിട്ടവതരിപ്പിക്കാതെ ഇതര കഥാപാത്രങ്ങളുമായുള്ള മാധവന്റെ സംഭാഷണത്തിലൂടെയാണ് അഭിപ്രായസംഘർഷം വെളിപ്പെടുത്തുന്നത്. കുടുംബവ്യവസ്ഥയേയും അധികാരഘടനയേയും വെല്ലുവിളിക്കുന്ന അഭിപ്രായസംഘർഷമാണത്. അധികാരകേന്ദ്രമായ കാരണവരും മാധവനും തമ്മിൽ നേരിട്ടുള്ള സംഭാഷണം നോവലിലെവിടെയുമില്ല.

പ്രസ്തുത സന്ദർഭങ്ങളെത്തന്നെ ഭാഷണവിശകലനത്തിന് തെരഞ്ഞെടുക്കാനുള്ള കാരണമിതാണ്. അധീശവർഗ്ഗങ്ങളുടെ പ്രത്യയശാസ്ത്രങ്ങൾ പ്രത്യക്ഷമായിട്ടെന്നതിനേക്കാൾ ഫലപ്രദവും ശക്തവുമായി പ്രവർത്തിക്കുന്നത് പലപ്പോഴും പരോക്ഷമായിട്ടാണ്. ഒന്നാമദ്ധ്യായത്തിലെ ചാത്തരമേനോൻ, ശങ്കരമേനോൻ, കുമ്മിണിയമ്മ, പാർവ്വതിയമ്മ എന്നീ കഥാപാത്രങ്ങൾ പഞ്ചുമേനോനുവേണ്ടിയാണ് ശബ്ദിക്കുന്നത്. അതുകൊണ്ടുതന്നെ അവരുടെ ഭാഷണങ്ങളിൽ അധികാരകേന്ദ്രത്തിന്റെ പരോക്ഷമായ സാന്നിദ്ധ്യമുണ്ട്. കാരണവരെ എല്ലായ്പ്പോഴും അനുസരിക്കുന്ന ഈ കഥാപാത്രങ്ങളോട് സംസാരിക്കുമ്പോൾ അധികാരകേന്ദ്രവുമായി പരോക്ഷമായ സംവാദത്തിലേർപ്പെടുകയാണ് മാധവൻ ചെയ്യുന്നത്. കേവലം ഒരു വ്യക്തിയുടെ സ്വാധീനം മാത്രമല്ല പഞ്ചുമേനോന്റേതെന്നും ഒരു കേന്ദ്രവ്യവസ്ഥയുടെയും അതിന്റെ പ്രത്യയശാസ്ത്രത്തിന്റെയും പിൻബലമാണ് അദ്ദേഹത്തിന്റേതെന്നും നാമോർക്കണം. നാട്ടുവാഴികുടുംബവ്യവസ്ഥയിൽ കാരണവർക്കുള്ള അധികാരശക്തിയെയാണ് സംഭാഷണങ്ങളിൽ മാധവൻ അഭിമുഖീകരിക്കുന്നത്. വ്യവസ്ഥാപിതമായ സാമൂഹ്യബന്ധങ്ങൾ വെല്ലുവിളിക്കപ്പെടുകയും അധികാരഘടന ദുർബ്ബലമാവുകയും ചെയ്യുന്ന ഭാഷണസന്ദർഭങ്ങളിൽ സർവ്വനാമപ്രയോഗത്തിന്റെ സവിശേഷധർമ്മങ്ങളെന്തെല്ലാമെന്ന് അന്വേഷിക്കുകയാണ് ഇവിടെ ചെയ്യുന്നത്.

അ-അദ്ദേഹം

പഞ്ചുമേനോൻ നോവലിൽ ആദ്യമായി പരാമർശിക്കപ്പെടുന്നതുതന്നെ ആദ്യഭാഷണത്തിലെ 'അദ്ദേഹം' എന്ന സർവ്വനാമത്തിലൂടെയാണ്. 'അദ്ദേഹത്തിന്റെ മനസ്സുപോലെ ചെയ്യട്ടെ' എന്ന് ചാത്തരമേനോൻ മാധവനോടു പറയുന്നത്, 'അദ്ദേഹ'മാരാണെന്ന് ഒരു സൂചനപോലും മുമ്പ് തരാതെയാണ്. സംജ്ഞയിലൂടെയെന്നതിനു പകരം പ്രതിസംജ്ഞയിലൂടെ പ്രത്യക്ഷപ്പെടുക മാത്രമല്ല പഞ്ചുമേനോൻ ചെയ്യുന്നത്. നിർദ്ദേശിക സർവ്വനാമമായ (പ്രഥമപുരുഷൻ) 'അദ്ദേഹം' തുടർന്ന് ആവർത്തിച്ച് പ്രയോഗിക്കപ്പെടുന്നു. പഞ്ചുമേനോനെക്കുറിക്കാൻ മറ്റു പരാമർശകപദങ്ങൾ ഇടയ്ക്ക് കടന്നുവരുന്നുണ്ടെങ്കിലും ആവൃത്തികൊണ്ട് സ്ഥിരപ്പെടുന്ന സർവ്വനാമം 'അദ്ദേഹ'മാണ്. അധികാരം മുഴുവൻ ഒരാളിൽ കേന്ദ്രീകരിച്ചിരിക്കുന്ന ഒരു കുടുംബവ്യവസ്ഥയിൽ 'അദ്ദേഹം' ആരാണെന്നത് സംശയാതീതമാണ്. അധികാരസ്ഥാനത്തെക്കുറിക്കുന്ന അസന്ദിഗ്ദ്ധവും നിരങ്കുശവുമായ 'അദ്ദേഹ'മെന്ന പ്രയോഗം, സംഭാഷണത്തിലെ അധികാരചിഹ്നമായി മാറുകയാണ്. ആവർത്തനം ചിഹ്നത്തെ സ്ഥിരപ്പെടുത്തുന്നു.

'അ' 'ഇ' 'എ' എന്നീ മൂലസ്വരങ്ങൾ ദ്രാവിഡഭാഷകളിൽ സർവ്വനാമങ്ങളുടെ ധർമ്മം നിർവ്വഹിക്കുന്ന ചുട്ടെഴുത്തുകളാണ്. 'അ' ദൂരെയുള്ളതിനെയും 'ഇ' അടുത്തുള്ളതിനെയും 'എ' ചോദ്യം ചെയ്യുന്നതിനെയും കുറിക്കുന്നു. ദൂരപരാമർശകമായ 'അ'യിൽ നിന്ന് രൂപംകൊള്ളുന്ന 'അദ്ദേഹ'മെന്ന പദത്തിൽ ചുട്ടെഴുത്തിന്റെയും പുല്ലിംഗത്തിന്റെയും പൂജകബഹുവചനത്തിന്റെയും സവിശേഷതകൾ ഒന്നിക്കുന്നു.

'അ' 'ഇ' 'എ' എന്നീ സ്വരങ്ങൾക്ക് ദൂരെ, അടുത്ത്, ചോദ്യം എന്നീ ആശയങ്ങളെ ധ്വനിപ്പിക്കാനുള്ള ആന്തരശേഷിയുണ്ട്. അതിനാൽ ഈ സ്വരങ്ങളിൽ നിന്ന് രൂപംകൊള്ളുന്ന സർവ്വനാമങ്ങൾക്ക് അതേ ആശയങ്ങളുടെ അടയാളങ്ങളായിത്തീരാൻ കഴിയും. അകൽച്ചയെക്കുറിക്കുന്ന 'അ' ചേർന്നുണ്ടാകുന്ന പദങ്ങൾ അപരിചിതത്വത്തിന്റെയും അസാധാരണത്വത്തിന്റെയും അമാനുഷത്വത്തിന്റെയും ചിഹ്നങ്ങളാവാറുണ്ട്.

അവൻ- ഈശ്വരൻ

അവിടം- സ്വർഗ്ഗം

അവിടന്ന്

അങ്ങ്

അങ്ങുന്ന്

അക്കാലം- ഭൂതകാലം

നോവലിലെ ഭാഷണത്തിൽ ആജ്ഞ, അധികാരം, ആദരവ് ഇവയുടെ ദൃഢമായ ചിഹ്നമായിത്തീരുകയാ ണ് 'അദ്ദേഹം' (അടിവര എന്റേത്)

"അദ്ദേഹ"ത്തിന്റെ മനസ്സുപോലെ ചെയ്യട്ടെ. " (ചാത്തരമേനോൻ)

"നിന്നെ ഇതുവരെ അദ്ദേഹത്തിന്ന് വളരെ താത്പര്യമായിരുന്നു. " (കുമ്മിണിഅമ്മ)

"അദ്ദേഹം" നിന്നെ ഇംഗ്ലീഷ് പഠിപ്പിച്ചതിന്റെ ഫലമോ ഇത്? എത്ര ദ്രവ്യം നിനക്കുവേണ്ടി അദ്ദേഹം ചിലവുചെയ്തു. " (ശങ്കര മേനോൻ)

"അദ്ദേഹം തന്നെ അവനെയും പഠിപ്പിക്കുമായിരിക്കും. " (പാർവ്വതി അമ്മ)

"അദ്ദേഹത്തിന് മനസ്സില്ലെങ്കിൽ ചെയ്യേണ്ട. " (മാധവൻ)

"പൂർവ്വന്മാർ സമ്പാദിച്ചതും നമ്മുടെ അഭ്യുദയത്തിന്നും ഗുണത്തിന്നും വേണ്ടി അദ്ദേഹം കൈവശം വെച്ചിരിക്കുന്നതുമായ പണം നമ്മളുടെ

ന്യായമായ ആവശ്യങ്ങൾക്കുവേണ്ടി ചിലവിടാനേ ഞാൻ പറഞ്ഞുള്ളൂ. ” (മാധവൻ)

“അദ്ദേഹത്തിനെ ഞാൻ എന്താണ് മുഷിപ്പിക്കുന്നത്? ന്യായമായ വാക്കു പറഞ്ഞാൽ അദ്ദേഹം എന്തിന് മുഷിയണം? അദ്ദേഹത്തിന്റെ ന്യായമല്ലാത്ത മുഷിച്ചിലിൽ എനിക്ക് ഭയമില്ല. ” (മാധവൻ)

മതം, രാഷ്ട്രീയം, നീതിന്യായം, വിദ്യാഭ്യാസം തുടങ്ങിയ വ്യവസ്ഥകളിലെല്ലാം പ്രത്യയശാസ്ത്രത്തിന്റെ പ്രവർത്തനം ഒരധികാരസ്ഥാപനത്തെ കേന്ദ്രീകരിച്ചുള്ളതാണ്. അധികാരകേന്ദ്രത്തിനു ചുറ്റും സ്വാധീനവലയം ഉറപ്പിക്കുകയും അതിനകത്തുള്ളവരുടെ ബോധത്തെയും ഇച്ഛയേയും കീഴ്പ്പെടുത്തുകയും ചെയ്യുന്നു. ശരിതെറ്റുകളുടെയും ധർമ്മാധർമ്മങ്ങളുടെയും പാഠങ്ങൾ ഉൽപാദിപ്പിച്ച് അത് അധികാരകേന്ദ്രത്തെ പരിരക്ഷിക്കുന്നു. അധികാരകേന്ദ്രത്തെക്കുറിച്ച് ഓർമ്മിപ്പിച്ചുകൊണ്ടേയിരിക്കേണ്ടതും ചുറ്റും പ്രഭാവലയം തീർക്കേണ്ടതും അധികാരബന്ധങ്ങളുടെ നിലനില്പിനാവശ്യമാണ്. ദൈവത്തിന്റെയും ന്യായാധിപന്റെയും ഭരണാധികാരിയുടെയും സാന്നിദ്ധ്യത്തെ നിരന്തരം ചൂണ്ടിക്കാണിച്ചാണ് അതാത് വ്യവസ്ഥകളിൽ പ്രത്യയശാസ്ത്രം ആധിപത്യം ഉറപ്പിക്കുന്നത്. അധികാരകേന്ദ്രത്തെക്കുറിക്കുന്ന സർവ്വനാമങ്ങളും പരാമർശകപദങ്ങളും പ്രത്യയശാസ്ത്രചിഹ്നങ്ങളാവുന്നത് അങ്ങനെയാണ്. കുടുംബവ്യവസ്ഥയിലെ അധികാരകേന്ദ്രമാണ് കാരണവർ. കുടുംബപ്രത്യയശാസ്ത്രം അധികാരസ്ഥാനത്തുള്ള കാരണവരെ ചൂണ്ടിക്കാട്ടാൻ ചുട്ടെഴുത്തുകളെ ഉപയോഗപ്പെടുത്തുകയും നാടുവാഴികുടുംബവ്യവസ്ഥയെ ഭദ്രമാക്കുകയും ചെയ്യുന്നു. ‘അദ്ദേഹം’ എന്ന പ്രതിസംജ്ഞ പ്രത്യയശാസ്ത്രപ്രയോഗരൂപമായിത്തീരുന്നു.

ഇ-ഇദ്ദേഹം

‘അ’ സംവദിപ്പിക്കുന്നതിനു വിപരീതമായ അർത്ഥമാണ് ‘ഇ’യുടേത്. അടുപ്പത്തെക്കുറിക്കുന്ന ‘ഇ’ സാധാരണത്വത്തിന്റെയും പരിചിതത്വത്തിന്റെയും അടയാളമാണ്. ‘അദ്ദേഹ’ത്തിനു പകരം ‘ഇദ്ദേഹം’ എന്ന നിർദ്ദേശകസർവ്വനാമം മാധവന്റെ ഭാഷണത്തിൽ കടന്നുവരുന്നു:

“എന്ത് കഷ്ടമാണ് ഇദ്ദേഹം ചെയ്യുന്നത്. ” (മാധവൻ ശങ്കരമേനോനോട്)

മറ്റുള്ളവരിൽനിന്നു വ്യത്യസ്തമായി മാധവന്റെ ഭാഷണത്തിലുള്ള ഈ മാറ്റം അകൽച്ചയെ അടുപ്പമാക്കുക മാത്രമല്ല ചെയ്യുന്നത്. പതിവുപ്രയോഗത്തിൽ നിന്നുള്ള മാധവന്റെ വ്യതിചലനം അധികാരചിഹ്നത്തിന്റെ വ്യതിചലനമെന്ന നിലയിലാണ് ശ്രദ്ധേയമായിരിക്കുന്നത്. അധികാര

കേന്ദ്രവുമായി ഉണ്ടായിരിക്കേണ്ട അകലത്തിന്റെ നിയമത്തെയാണ് ഇത് മാറ്റിമറിക്കുന്നത്. ദൂരത്തിന്റെ ലംഘനം ബന്ധത്തിന്റെയും അധികാരത്തിന്റെയും ലംഘനംകൂടിയാണ്. ദൂരവും അധികാരവും തമ്മിലുള്ള നിശ്ചിതവും ദൃഢവുമായ ബന്ധം ജാതി-ഗോത്രസമൂഹങ്ങളിൽ സാധാരണയാണ്. അന്യർ പാലിക്കേണ്ട അകലം ലംഘിക്കുമ്പോഴാണ് ബ്രാഹ്മണന്റെയും ദൈവത്തിന്റെയും ഭരണാധികാരിയുടേയും പരിശുദ്ധി നഷ്ടപ്പെടുന്നത്. അധികാരസ്ഥാനങ്ങളിൽ നിന്ന് ബഹുദൂരം സ്ത്രീയെ അകറ്റിനിർത്തുകയാണ് പുരുഷമേൽക്കോയ്മയുടെ മുന്നുപാധി. അധികാരസ്ഥാനങ്ങൾ സാധാരണജനങ്ങളിൽനിന്ന് അകന്നുതന്നെയിരിക്കണമെന്ന് നാം ഇന്നും നിഷ്കർഷിക്കാനുള്ള കാരണം ഇതാകാം.

അധികാരഘടനയിൽ കാരണവർക്കുള്ള സ്ഥാനം പുനർനിർവ്വചിക്കുകയാണ് മാധവന്റെ 'ഇദ്ദേഹ'മെന്ന പ്രയോഗം. ഭാഷണത്തിലെ 'അദ്ദേഹ'ത്തിന്റെ മേൽക്കോയ്മയ്ക്കെതിരെയുള്ള നീക്കമാണത്. ഉയർച്ച താഴ്ചകളെ നിരപ്പാക്കി മാറ്റുന്ന ഈ ഭാഷണതന്ത്രം കുടുംബവ്യവസ്ഥയെ സമീകരിക്കുന്ന ലിബറൽ ജനാധിപത്യ പ്രത്യയശാസ്ത്രത്തിന്റെ അടയാളമാണ്.

സംഭാഷണത്തിലെ നിസ്സാരഘടകങ്ങളെ പെരുപ്പിച്ചുകാട്ടുകയാണ് ഇത്തരം വിശകലനമെന്ന് ആക്ഷേപമുണ്ടാകാം. എന്നാൽ 'അ' 'ഇ' സ്വരങ്ങളിൽ നിന്ന് മൗലികമായും വ്യത്യസ്തമായ 'എ' സർവ്വനാമത്തിന്റെ പ്രയോഗം നമ്മുടെ ധാരണയെ സ്ഥിരീകരിക്കുന്നു. 'അ' 'ഇ' സർവ്വനാമങ്ങൾ ചൂണ്ടിക്കാട്ടുന്നതിനെയെല്ലാം ചോദ്യംചെയ്യാൻ സജ്ജമായ 'എ' പ്രതിസംജ്ഞയുടെ സാധ്യതകളെ ഭാഷണത്തിൽ പൂർണ്ണമായി ഉപയോഗപ്പെടുത്തുന്നു.

എ-എന്ത്

രണ്ടു സംഭാഷണങ്ങളും തുടങ്ങുന്നത് ചോദ്യങ്ങളിൽ നിന്നാണ്. "എന്താണ് മാധവാ ഇങ്ങനെ സാഹസമായി വാക്കുപറഞ്ഞത്?" എന്ന ചാത്തരമേനോന്റെ ചോദ്യം ഒന്നാം സംഭാഷണത്തിന് തുടക്കം കുറിക്കുന്നു. നോവൽ ആരംഭിക്കുന്നതും ഈ ചോദ്യത്തിൽ നിന്നുതന്നെ. "മാധവാ, ഇത് എന്ത് കഥയാണ്!" രണ്ടാം സംഭാഷണത്തിന്റെ തുടക്കത്തിൽ ശങ്കരമേനോന്റെ ഈ ചോദ്യത്തെയാണ് മാധവൻ നേരിടുന്നത്. തുടർന്നുള്ള ഭാഷണത്തിലെ ചോദ്യസർവ്വനാമങ്ങൾക്ക് ചില മാതൃകകളിതാ.

"വയസ്സുകാലത്ത് കാരണവരോട് എന്തെല്ലാം അധിക്ഷേപമായ വാക്കുകളാണ് നീ പറഞ്ഞത്?" (ശങ്കരമേനോൻ മാധവനോട്)

"എത്ര ദ്രവ്യം നിനക്കു വേണ്ടി അദ്ദേഹം ചിലവുചെയ്തു?'' (അതേ ഭാഷണം)

"നീ എന്ത് കൊണ്ടാണ് പഠിപ്പിക്കുന്നത്?'' (അതേ ഭാഷണം)

"നീ എന്ത് കൊണ്ട് പഠിപ്പിക്കും?'' (അതേ ഭാഷണം)

സൂരിനമ്പൂതിരിപ്പാടും ഇന്ദുലേഖയും തമ്മിലുള്ള സംഭാഷണത്തിലെന്നപോലെ നിയന്ത്രണത്തിനും ആധിപത്യത്തിനും വേണ്ടി ചോദ്യരൂപങ്ങളെയാണ് ഇവിടെ ആശ്രയിക്കുന്നത്. ഉണ്ട്/ഇല്ല, അതെ/അല്ല, വേണം/വേണ്ട ഇവയിലൊന്ന് നിർബ്ബന്ധമായി തിരഞ്ഞെടുക്കാൻ ആവശ്യപ്പെടുന്ന ചോദ്യങ്ങളെയാണ് ഇന്ദുലേഖ നേരിട്ടതെങ്കിൽ ഒരുത്തരവും ആവശ്യപ്പെടാത്ത ചോദ്യങ്ങളെയാണ് മാധവൻ നേരിടുന്നത്. മാധവനെ കുറ്റപ്പെടുത്തുകയും പ്രായശ്ചിത്തത്തിന് നിർബ്ബന്ധിക്കുകയുമാണ് ഈ ചോദ്യങ്ങളുടെ ധർമ്മം. മറുപടിക്കു പകരം കീഴടങ്ങലിന്റെ മൗനമാണ് ഇവിടെ പ്രതീക്ഷിക്കുന്നത്. ഇത്തരം ചോദ്യരൂപങ്ങളിൽ നിന്ന് ആജ്ഞയിലേക്കുള്ള ദൂരം വളരെ ചെറുതാണ്. 'നീ' എന്ന മധ്യമപുരുഷന് അധമസ്ഥാനം മാത്രം കല്പിക്കുന്ന ചോദ്യരൂപങ്ങളാണവ. 'എ' ചുട്ടെഴുത്ത് ചേരുന്ന 'എന്ത്' എന്ന ചോദ്യസർവ്വനാമം നിയതമായ അധീശത്വസ്വഭാവംകൊണ്ടും ആവർത്തനംകൊണ്ടും അധികാരചിഹ്നമായിത്തീരുന്നു. മധ്യമപുരുഷനിൽനിന്ന് അധികാരഘടന നേരിടുന്ന ഭീഷണിയെ തടയുകയും കുടുംബവ്യവസ്ഥയെ രക്ഷിക്കുകയുമാണ് അതിന്റെ പ്രത്യയശാസ്ത്രദൗത്യം.

സംഭാഷണങ്ങളുടെയോ ആഖ്യാനങ്ങളുടെയോ വ്യത്യസ്തപാഠങ്ങളെ ഉത്പാദിപ്പിക്കാനുള്ള പ്രജനനശേഷി ചോദ്യരൂപങ്ങൾക്കുണ്ട്. ചോദ്യരൂപങ്ങൾകൊണ്ടുള്ള തുടക്കം കുട്ടികൾക്ക് ഭാഷണം തുടരാനുള്ള അവകാശം നൽകുന്നു. സംഭാഷണത്തിനുള്ള അധികാരവും അവകാശവും ഉറപ്പിക്കാൻ 'എന്ത്' 'എങ്ങനെ' തുടങ്ങിയ ചോദ്യങ്ങളെ കുട്ടി പലപ്പോഴും ഉപയോഗപ്പെടുത്തുന്നു. സാധാരണസംഭാഷണത്തിനു പുറമേ പ്രഭാഷണം, തത്ത്വചിന്ത, നീതിന്യായം, പുരാണേതിഹാസങ്ങൾ, വേദോപനിഷത്തുകൾ എന്നീ വ്യത്യസ്തവ്യവഹാരങ്ങൾ ചോദ്യപ്രതിസംജ്ഞയുടെ പ്രജനനശേഷിയിൽ നിന്നാണ് പലപ്പോഴും രൂപം കൊള്ളുന്നതെന്ന് കാണാം. ഇന്ദുലേഖയുടെ ആരംഭം 'എന്ത്' എന്ന ചോദ്യരൂപത്തിൽ നിന്നായത് യാദൃച്ഛികമല്ലെന്നാണ് ഇത് നൽകുന്ന സൂചന. ആധിപത്യത്തിന്റെ അടയാളമായിരിക്കെത്തന്നെ പാഠത്തെ പ്രജനിപ്പിക്കാൻ അത് ശക്തമാണ്.

നിഷേധവും മറുചോദ്യവും

അന്യരുടെ ഭാഷണങ്ങളിൽ മുന്നിട്ടുനിൽക്കുന്ന ചോദ്യരൂപങ്ങളുടെ അധികാരഭാവത്തെ നിഷേധം, മറുചോദ്യം എന്നീ ഭാഷണതന്ത്രങ്ങളിലൂടെയാണ് മാധവൻ നേരിടുന്നത്. സൂരിയുടെ ആക്രമണതന്ത്രങ്ങൾക്കെതിരെ ഇന്ദുലേഖയുടെ ഭാഷണത്തിൽ രൂപപ്പെടുന്ന നിഷേധത്തിന്റെയും മറുചോദ്യത്തിന്റെയും പാറ്റേണുകളെ ഓർമ്മിപ്പിക്കുന്നതാണ് സമാനസ്വഭാവമുള്ള മാധവന്റെ ഭാഷണം.

"അശേഷം കവിഞ്ഞിട്ടില്ലാ."

"സിദ്ധാന്തം ആരും കാണിക്കരുത്."

"അദ്ദേഹത്തിന് മനസ്സില്ലെങ്കിൽ ചെയ്യേണ്ട."

"കാര്യം പറയുമ്പോൾ ഞാൻ അന്യായമായി ആരെയും ഭയപ്പെട്ടു പറയാതിരിക്കില്ലാ."

"എനിക്ക് ഈ വക ദുഷ്ടതകൾ കണ്ടുകൂടാ."

"വലിയമ്മാമൻ ദേഹാദ്ധ്വാനം ചെയ്ത് സമ്പാദിച്ചതായ ഒരു കാശുപോലും ചിലവിടാൻ ഞാൻ ആവശ്യപ്പെട്ടിട്ടില്ലാ."

"കുമ്മിണിയമ്മയും അവരുടെ സന്താനങ്ങളും ഇവിടുത്തെ ഭൃത്യന്മാരല്ലാ."

"അവരുടെ രണ്ടു മക്കളെ ഇംഗ്ലീഷു പഠിപ്പിച്ചില്ലാ."

"കല്ല്യാണിക്കുട്ടിയേയും വേണ്ടുംപോലെ ഒന്നും പഠിപ്പിച്ചില്ലാ."

"അദ്ദേഹത്തിന്റെ ന്യായമില്ലാത്ത മുഷിച്ചലിൽ എനിക്ക് ഭയമില്ലാ."

"എനിക്ക് ഈ വാക്കിന്റെ അർത്ഥംതന്നെ അറിഞ്ഞുകൂടാ."

അല്ല, ഇല്ല, അരുത്, കൂടാ എന്നീ നിഷേധരൂപങ്ങൾ പ്രതിരോധത്തിന്റെ അടയാളങ്ങളെന്ന നിലയിലാണ് അർത്ഥവത്തായി ആവർത്തിക്കപ്പെടുന്നത്.

അധികാരചിഹ്നങ്ങളായ ചോദ്യരൂപങ്ങൾക്കെതിരെയുള്ള മാധവന്റെ മറുചോദ്യങ്ങൾ കുടുംബവ്യവസ്ഥയെ ദുർബ്ബലവും അരക്ഷിതവുമാക്കാൻപോന്നതാണ്. മൗനത്തിനു പകരം നിശിതവും ശക്തവുമായ എതിർചോദ്യങ്ങൾ മാധവന്റെ ഭാഷണങ്ങളിൽ ആവർത്തിച്ചുവരുന്നു.

"അവരെ എന്താണ് വലിയമ്മാമൻ ഇത്ര നിർദ്ദയമായി തള്ളിക്കളഞ്ഞിരിക്കുന്നത്?"

"എന്ത് കഷ്ടമാണ് ഇദ്ദേഹം ചെയ്യുന്നത്?"

"ന്യായമായ വാക്ക് പറഞ്ഞാൽ അദ്ദേഹം എന്തിന് മുഷിയണം?"

"എന്ത് ഗുരുത്വക്കേട്?"

ആധിപത്യത്തിന്റെയും പ്രതിരോധത്തിന്റെയും ചിഹ്നമായി 'എന്ത്' എന്ന ഒരേ ചോദ്യരൂപംതന്നെ ആവർത്തിച്ചുവരുന്നതാണ് ഈ സംവാദത്തിന്റെ സവിശേഷത. ഒരേ സർവ്വനാമരൂപങ്ങൾക്ക് വിരുദ്ധധർമ്മങ്ങൾ പ്രകടിപ്പിക്കുന്ന വ്യത്യസ്തചിഹ്നങ്ങളായിത്തീരാൻ കഴിയുമെന്നതിനെ ഇത് പ്രത്യക്ഷീകരിക്കുന്നു.

ഞാൻ

ഉത്തമപുരുഷസർവ്വനാമമായ 'ഞാൻ' ആത്മബോധത്തിന്റെ ഭാഷണരൂപമാണ്. പാത്രങ്ങളുടെ ഇച്ഛാശക്തിയുടെയും സ്വാതന്ത്ര്യബോധത്തിന്റെയും അടയാളമാണത്. ചാത്തരമേനോന്റെയും ശങ്കരമേനോന്റെയും ഭാഷണങ്ങളിൽ പൂർണ്ണമായി തിരസ്കരിക്കപ്പെടുന്നത് ഉത്തമപുരുഷനാണെന്നത് അർത്ഥവത്താണ്. അസ്വതന്ത്രരായ കുടുംബാംഗങ്ങളുടെ മൂകത ഇതിൽക്കാണാം. കുടുംബവ്യവസ്ഥയിൽ അവമതിക്കപ്പെടുന്ന വ്യക്തിത്വത്തിന്റെ ചിഹ്നമാണത്. സർവ്വനാമത്തിന്റെ സാന്നിദ്ധ്യംപോലെ അസാന്നിദ്ധ്യവും ശ്രദ്ധേയമായിത്തീരുന്ന ചില ഭാഷണസന്ദർഭങ്ങളുണ്ട്. സൂരിയുടെ മുന്നിൽ 'അടിയൻ' എന്നു മാത്രം പ്രയോഗിക്കാൻ ധൈര്യപ്പെടുന്ന പഞ്ചുമേനോൻ അധികാരഘടനയിലെ ഉത്തമപുരുഷന്റെ അപകൃഷ്ടത വെളിപ്പെടുത്തുന്നു. എന്നാൽ 'ഞാൻ' സർവ്വനാമത്തിന്റെ പൂർണ്ണമായ അഭാവം അപമാനവീകരണത്തിന്റെ ശൂന്യതയെ കാണിക്കുന്നു.

ലിബറൽ ജനാധിപത്യത്തിന്റെ പ്രത്യയശാസ്ത്രം ഉത്തമപുരുഷനെ ഭാഷണത്തിൽ മുൻനിരയിലേക്കു കൊണ്ടുവരുന്നു. നാട്ടുവാഴിത്തച്ചരടുകളിൽ നിന്ന് അത് വ്യക്തിയെ മോചിപ്പിക്കുന്നു. അദൃശ്യമായ മറ്റനേകം കുരുക്കുകളാൽ ബന്ധനസ്ഥനാണെങ്കിലും സ്വാതന്ത്ര്യത്തെക്കുറിച്ചുള്ള മിഥ്യാബോധം അത് വ്യക്തിയിലുണ്ടാക്കുന്നു. മാധവന്റെ ഭാഷണത്തിൽ ആവർത്തിച്ചുവരുന്ന 'ഞാൻ' ലിബറൽ ജനാധിപത്യാശയങ്ങളുടെ ശക്തവും ഫലപ്രദവുമായ ഇടപെടലിന്റെ ഫലമാണ്. പഞ്ചുമേനോന്റെ അധീശത്വത്തെ ചോദ്യംചെയ്യാനുള്ള ആത്മധൈര്യം മാധവനുണ്ടെന്ന് ഇത് സാക്ഷ്യപ്പെടുത്തുന്നു. സൂരിയുമായുള്ള സംഭാഷണത്തിലെ ഇന്ദുലേഖയുടെ വിക്ഷോഭജനകമായ 'ഞാൻ' പ്രയോഗം തത്തുല്യമായി ഇവിടെ ഓർക്കാവുന്നതാണ്. അന്യരിൽ നിന്നു വ്യത്യസ്തമായി ഇന്ദുലേഖയുടെയും മാധവന്റെയും ഭാഷണങ്ങൾക്ക് ഐക്യരൂപമുണ്ടാക്കുന്ന ഒരു പ്രധാന ഘടകം ഇതാണെന്നു കാണാം.

ഉത്തമപുരുഷനെ മുൻനിരയിലേക്കു കൊണ്ടുവരാൻ മാധവന്റെ ഭാഷണം പലപ്പോഴും ആശ്രയിക്കുന്നത് വിധിരൂപത്തിലുള്ള ഭാഷണക്രിയകളെയാണ് (Speech-Acts). പഞ്ചുമേനോന്റെ ശപഥത്തെ

ഓർമ്മിപ്പിക്കുന്ന പ്രതിജ്ഞകളാണ് ഈ ഭാഷണക്രിയകൾ. തുടർച്ചയായ ചോദ്യ-നിഷേധരൂപങ്ങൾക്കിടയിലുള്ള അപൂർവ്വമായ വിധിരൂപങ്ങളുടെ ശബ്ദം ഭാഷണത്തിൽ വേറിട്ട് മുഴങ്ങികേൾക്കാവുന്നതാണ്.

"ശിന്നനെ ഞാൻ കൊണ്ടുപോവുന്നു. അവനെ ഞാൻ പഠിപ്പിക്കും. " (ചാത്തരമേനോനോട്)

"ഞാൻ അവനെ കൊണ്ടുപോയി പഠിപ്പിക്കും. " (ശങ്കരമേനോനോട്)

വിധിരൂപത്തിലുള്ള മാധവന്റെ ഈ പ്രതിജ്ഞകളിൽ സ്വതന്ത്രനായ 'ഞാൻ' കേന്ദ്രസ്ഥാനത്തു നില്ക്കുന്നു. ഇതരകഥാപാത്രങ്ങളുടെ ഭാഷണങ്ങളിൽ 'അദ്ദേഹ'ത്തോടുള്ള ആശ്രിതത്വഭാവമാണ് മുന്നിട്ടുനില്ക്കുന്നതെങ്കിൽ ഇവിടെ 'അവനോ'ടുള്ള പ്രതിബദ്ധതയാണ് പ്രകടമാവുന്നത്. അന്യഭാഷണങ്ങളിൽ അധികാരചിഹ്നമായ 'അദ്ദേഹ'ത്തിന് നൽകുന്ന അതേ സ്ഥാനവും പരിഗണനയും മാധവന്റെ ഭാഷണങ്ങളിൽ 'അവന്' ലഭിക്കുന്നു. പൂജകബഹുവചനത്തിന്റെ (അദ്ദേഹം) നിഗൂഢപരിവേഷത്തെ നിഷേധിക്കാനും ചോദ്യംചെയ്യാനും മാത്രമല്ല മാധവൻ ഒരുങ്ങുന്നത്. അതിന്റെ സ്ഥാനത്ത് ഏകവചനത്തെ (അവൻ) പ്രതിഷ്ഠിക്കുന്നത് മാധവന്റെ ഭാഷണത്തെ അനന്യമാക്കുന്നു. കുടുംബവ്യവസ്ഥയിലെ അസമത്വത്തിനെതിരെയുള്ള ഭാഷണപ്രതികരണമാണിത്. കാരണവർക്ക് വിധേയരായിരിക്കേണ്ട രണ്ടു സർവ്വനാമങ്ങൾ തമ്മിൽ രൂപപ്പെടുന്ന പുതിയ ബന്ധം (ഞാൻ, അവൻ) വ്യവസ്ഥയുടെ സന്തുലനത്തെ തകിടംമറിക്കുകയും അധികാരഘടനയെ അപകടപ്പെടുത്തുകയും ചെയ്യുന്നു.

നമ്മൾ

ഉത്തമ-മധ്യമ-പ്രഥമപുരുഷന്മാരെ യോജിപ്പിക്കുന്ന ഭാഷണപ്രയോഗമാണ് 'നമ്മൾ'. സംഭാഷണത്തിലെ 'നമ്മളു'ടെ രൂപവൽക്കരണം സാമൂഹ്യശക്തികളുടെ ഏകീകരണത്തെയാണ് ലക്ഷ്യമാക്കുന്നത്. ഞാൻ, നീ, അവൻ (അവർ) സർവ്വനാമങ്ങളുടെ വേർതിരിവുകളെ മറികടക്കുമ്പോൾ സാമൂഹ്യവിഭാഗങ്ങളുടെ യോജിപ്പ് പൂർണ്ണമാവുന്നു. വ്യത്യസ്ത വിഭാഗങ്ങളെ ഒരൊറ്റ ശക്തിയായി ഏകീകരിക്കുകയും ഒരുമയുടെ സന്ദേശമുയർത്തുകയാണ് 'നമ്മൾ'. വർഗ്ഗരൂപീകരണത്തിന്റെ ഭാഷണമുദ്രയാണത്.

മാധവന്റെ ഭാഷണത്തിലെ 'നമ്മൾ' ആത്മബോധത്തിൽ നിന്ന് സാമൂഹ്യബോധത്തിലേക്കുള്ള വികാസത്തിന്റെ അടയാളമാണ്. അന്യഭാഷണങ്ങളിൽനിന്ന് മാധവന്റെ ഭാഷണത്തെ വ്യതിരിക്തമാക്കുന്ന സുപ്രധാനഘടകമാണത്.

"പൂർവ്വന്മാർ സമ്പാദിച്ചതും നമ്മളുടെ അഭ്യുദയത്തിനും ഗുണത്തിനും വേണ്ടി അദ്ദേഹം കൈവശം വെച്ചിരിക്കുന്നതുമായ പണം നമ്മളുടെ ന്യായമായ ആവശ്യങ്ങൾക്കുവേണ്ടി ചിലവിടാനേ ഞാൻ പറഞ്ഞുള്ളൂ." (ശങ്കരമേനോനോട്)

'ഞാൻ' പ്രത്യക്ഷമായും 'നീ'യും 'അവനും' പരോക്ഷമായും ഉൾപ്പെടുമ്പോഴാണ് ഇവിടെ 'നമ്മൾ' രൂപംകൊള്ളുന്നത്. നമ്മൾക്ക് എതിരെ നില്ക്കുന്ന ശക്തിയാണ് 'അദ്ദേഹം'. ഞാൻ+നീ+അവൻ=നമ്മൾ എന്ന സമവാക്യം മൂന്നു സർവ്വനാമങ്ങളുടെയും അവയുൾക്കൊള്ളുന്ന സാമൂഹ്യവിഭാഗങ്ങളുടെയും ഏകീകരണത്തെക്കാണിക്കുന്നു. നാടുവാഴികുടുംബവ്യവസ്ഥയിൽ ഏകീകൃതമായ പുതിയൊരു സാമൂഹ്യശക്തിയുടെ രൂപീകരണം, വ്യവസ്ഥയുടെതന്നെ ശിഥിലീകരണത്തിന് കാരണമാവുന്നു.

നമ്മൾ X അദ്ദേഹം എന്ന എതിർവാക്യം കുടുംബവ്യവസ്ഥയിലെ വിപരീതശക്തികളുടെ പുതിയ ദ്വന്ദ്വത്തെ ഉൾക്കൊള്ളുന്നു. സമവാക്യം ഒരുമയുടെ സന്ദേശം പ്രക്ഷേപിക്കുമ്പോൾ എതിർവാക്യം സംഘർഷത്തെ സാധിതമാക്കുന്നു. സർവ്വനാമങ്ങളുടെ ദ്വന്ദ്വരൂപങ്ങളെ മുൻനിർത്തി അധികാരബന്ധങ്ങളെ അഴിച്ചുപണിയുകയാണ് മാധവന്റെ ഭാഷണം. ആധിപത്യശക്തികൾക്കെതിരെ പാരമ്പര്യസമൂഹത്തിൽ രൂപപ്പെടുന്ന ഒരുമയുടെയും കലാപത്തിന്റെയും വിരുദ്ധഭാവങ്ങൾ 'നമ്മൾ' എന്ന പ്രതിസംജ്ഞയിൽ ഒന്നിക്കുന്നു.

(1994 ഫിബ്രവരി)

●

ഇന്ദുലേഖയിലെ 'അപശബ്ദങ്ങൾ'

പത്തൊമ്പതാം നൂറ്റാണ്ടിന്റെ അവസാനത്തോടെ കേരളത്തിൽ വളർന്നുവന്ന മധ്യവർഗ്ഗസംസ്കാരം ജീവിതത്തിന്റെ എല്ലാ മേഖലകളിലും ഇന്ന് നിർണ്ണായക സ്വാധീനശക്തിയായി മാറിയിരിക്കുന്നു. ഉദാരവല്ക്കരണത്തിന്റെയും ആഗോളവല്ക്കരണത്തിന്റെയും സാഹചര്യത്തിൽ, മധ്യവർഗ്ഗസംസ്കാരത്തിന്റെ സങ്കരം അന്യവർഗ്ഗങ്ങളുടെ നിലനില്പിനെത്തന്നെ ബാധിക്കുന്നു. കീഴാളരുടെ സ്വത്വബോധത്തെ അത് കടന്നാക്രമിക്കുകയും നശിപ്പിക്കുകയും ചെയ്യുന്നു. മധ്യവർഗ്ഗത്തിന്റെ ജീവിതവും ചിന്തയും ഭാവനയും ജനതയുടെയാകെ സാംസ്കാരികസ്വത്വമായി നിർവ്വചിക്കപ്പെടുകയും ആഘോഷിക്കപ്പെടുകയും ചെയ്യുന്നു. ഈ സാഹചര്യത്തിൽ പാരമ്പര്യത്തിനും തനിമക്കും മൗലികതക്കും വേണ്ടിയുള്ള അന്വേഷണങ്ങൾ വ്യാപകമാവുന്നു. ഇതിന് പിന്നിൽ വർത്തമാനകാലത്തിന്റെ അരക്ഷിതത്വത്തിൽനിന്ന് രക്ഷതേടി ഭൂതകാലത്തിന്റെ 'സുരക്ഷിതത്വ'ത്തിലേക്ക് പലായനം ചെയ്യാനുള്ള മധ്യവർഗ്ഗത്തിന്റെ മനോഭാവമാണ്. ഇത് മലയാളത്തിൽ ഇന്ദുലേഖയിൽ നിന്നാണാരംഭിക്കുന്നത്. *അതുകൊണ്ടുതന്നെ മധ്യവർഗ്ഗ സംസ്കാരത്തിന്റെ ലക്ഷണമൊത്ത ആദ്യത്തെ നിർമ്മിതിയാണ് ഇന്ദുലേഖ. സൂക്ഷ്മവും വിശദവുമായി ഇന്ദുലേഖയിൽ നിർമ്മിക്കപ്പെട്ട ഈ സാംസ്കാരികസ്വത്വത്തെയാണ് കഴിഞ്ഞ ഒരു നൂറ്റാണ്ടായി നാം ഉദാത്തവല്ക്കരിക്കയും നെഞ്ചേറ്റി ലാളിക്കയും ചെയ്യുന്നത്.

നാടുവാഴിത്തകോയ്മയ്ക്കെതിരെ അതേ വർഗ്ഗത്തിൽ നിന്ന് തന്നെ ഉയർന്നുവന്ന ഉദാരമാനവികതയുടെയും സ്വാതന്ത്ര്യത്തിന്റെയും ശബ്ദങ്ങളാണ് ഇന്ദുലേഖ ഉറക്കെ കേൾപ്പിച്ചത്. ഇതോടൊപ്പമുള്ള

അപശബ്ദങ്ങൾ പതിഞ്ഞസ്വരത്തിലെങ്കിലും കേൾക്കാൻ നമുക്ക് കഴിഞ്ഞില്ല. എഴുത്തിനെ എന്നപോലെ വായനയെയും ചരിത്രമാണ് പരിമിതപ്പെടുത്തുന്നത്. നാട്ടുവാഴിത്തസംസ്കാരത്തിനെതിരെയുള്ള പ്രതിഷേധവും പ്രതിരോധവും മധ്യവർഗ്ഗസമൂഹത്തിന്റെ രൂപീകരണത്തെ പ്രത്യക്ഷമാക്കി. ഇന്ദുലേഖയിൽ ആധിപത്യ വ്യവസ്ഥയ്ക്കെതിരെയുള്ള കലഹവും ചെറുത്തുനില്പും മാത്രമല്ല സംവാദത്തിന്റെയും ഒത്തുതീർപ്പിന്റെയും വഴികളും അതിൽ പരീക്ഷിക്കപ്പെടുന്നുണ്ടെന്നും ഇന്ന് തിരിച്ചറിയാൻ സാധിക്കും. നോവലിന്റെ ആഖ്യാനം അതോടെയാണ് പ്രശ്നസങ്കീർണ്ണമാകുന്നത്. സാമ്പത്തികം, രാഷ്ട്രീയം, സാംസ്കാരികം തുടങ്ങിയ മേഖലകളിലേക്ക് പടരുന്ന സമരങ്ങളുടെയും സന്ധികളുടെയും ആഖ്യാനമാണത്.

ഇന്ദുലേഖയിലെ ഇംഗ്ലീഷ് ഏറെ ചർച്ച ചെയ്യപ്പെട്ടിട്ടുണ്ട്. അത് പ്രക്ഷേപിക്കുന്നത് ലിബറൽ ഹ്യൂമനിസമാണെന്നും കോളനി അടിമത്തമാണെന്നും വിലയിരുത്തപ്പെട്ടിട്ടുണ്ട്. എന്നാൽ ഇന്ദുലേഖയിൽ സംസ്കൃതത്തിന് നല്കുന്ന പരിഗണനയോ? രണ്ടാമദ്ധ്യായത്തിലേയും പന്ത്രണ്ടാമദ്ധ്യായത്തിലേയും സംസ്കൃതശ്ലോക പരമ്പരയോ? മണിപ്രവാള കൃതികളോട് കിടപിടിക്കുന്ന ശൃംഗാരവർണ്ണനകളോ? ഈ നാട്ടുവാഴി പുരാരൂപങ്ങൾക്ക് ഇന്ദുലേഖയുടെ ആഖ്യാനത്തിൽ മുൻനിരയിൽത്തന്നെയാണ് സ്ഥാനം. ഇംഗ്ലീഷിനൊപ്പം അവയും നോവലിന്റെ പ്രത്യയശാസ്ത്രരൂപീകരണത്തിൽ സുപ്രധാന പങ്ക് നിർവ്വഹിക്കുന്നു

ഇന്ദുലേഖയുടെയും മാധവന്റെയും സംസ്കൃതത്തിലുള്ള അടിത്തറ വളരെ ഭദ്രമാണ്. "മാധവന് ഇംഗ്ലീഷിൽ അതിനൈപുണ്യമുണ്ടായിരുന്നു" എന്ന് പറയുംമുൻപ് സംസ്കൃതത്തിന്റെ നില ഉറപ്പിക്കുന്നു. "ബി. എ പരീക്ഷയ്ക്ക് അന്യഭാഷ സംസ്കൃതമായിരുന്നു. സംസ്കൃതത്തിൽ മാധവന് ഒന്നാന്തരം വില്പത്തി ഉണ്ടായി" (പുറം28). ഇന്ദുലേഖയെ പതിനാറാം വയസ്സ് വരെ വിദ്യാഭ്യാസം ചെയ്യിച്ച കൊച്ചുകൃഷ്ണമേനോനെക്കുറിച്ച്, "ഇംഗ്ലീഷ്, സംസ്കൃതം, സംഗീതം മുതലായ വിദ്യകളിൽ അതിനിപുണനാണ്" എന്നാണ് പറയുന്നത്. ഇന്ദുലേഖയുടെ വിദ്യാഭ്യാസത്തിലും ഇംഗ്ലീഷ്സംസ്കൃതങ്ങൾ സ്വാഭാവികമായി ഒന്നിക്കുന്നത് ഇങ്ങനെയാണ്: "ഇംഗ്ലീഷ് നല്ലവണ്ണം പഠിപ്പിച്ചു. സംസ്കൃതത്തിൽ നാടകാലങ്കാരങ്ങൾ വരെ പഠിപ്പിച്ചു" (പുറം34). ഇത് വെറും ഭാഷാപഠനം മാത്രമല്ലെന്നും, ഭാഷ സംസ്കാരത്തിന്റെ ചിഹ്നമാണെന്നും തുടർന്ന് സംഗീതത്തെക്കുറിച്ച് പറയുമ്പോൾ നമുക്ക് ബോധ്യപ്പെടും. "സംഗീതത്തിൽ പല്ലവിരാഗവിസ്താരം വരെ പാടാനും പിയാനോ, ഫിഡിൽ, വീണ ഇതുകൾ വിശേഷമായി വായിപ്പാനും ആക്കിവെച്ചു". പാശ്ചാത്യവും ഭാരതീയവുമായ സംഗീതോപകരണങ്ങൾ വ്യത്യസ്ത സംസ്കാരങ്ങളെയാണ്

പ്രതിനിധീകരിക്കുന്നത്. വളരെ സ്വാഭാവികമെന്ന് തോന്നുന്ന ഒരു സാമീപ്യസങ്കല്പത്തിലൂടെ വിഭിന്ന സംസ്കാരചിഹ്നങ്ങളെ ഒന്നിപ്പിക്കുന്നു. സവർണ്ണ നാട്ടുവാഴിത്തത്തിന്റെ ജീർണ്ണരൂപമായി സംസ്കൃതം മാറിക്കൊണ്ടിരുന്ന അവസരത്തിലാണ് ഇന്ദുലേഖയിൽ ഇംഗ്ലീഷിനൊപ്പമുള്ള സാമീപ്യ കല്പന ആവർത്തിച്ച് കടന്ന് വരുന്നത്.

സംസ്കൃതത്തിന്റെ ആധിപത്യത്തെ താൻ അംഗീകരിക്കുന്നില്ലെന്നും ജനകീയ ഭാഷയുടെ പക്ഷത്താണ് തന്റെ നിലയെന്നും ഗ്രന്ഥകാരൻ അവതാരികയിൽ വ്യക്തമാക്കുന്നു. "ഈ പുസ്തകം എഴുതിയിട്ടുള്ളത് ഞാൻ വീട്ടിൽ സാധാരണ സംസാരിക്കുന്ന മലയാളഭാഷയിൽ ആകുന്നു. അല്പം സംസ്കൃത പരിജ്ഞാനം എനിക്ക് ഉണ്ടെങ്കിലും പലേ സംസ്കൃതവാക്കുകളും മലയാളഭാഷയിൽ നോം മലയാളികൾ സംസാരിച്ചു വരുമ്പോൾ ഉപയോഗിക്കുന്ന മാതിരിയിലാണ് ഈ പുസ്തകത്തിൽ ഞാൻ ഉപയോഗിച്ചിട്ടുള്ളത്... മലയാള വാചകങ്ങൾ മലയാളികൾ സംസാരിക്കുന്ന മാതിരി വിട്ട്, സംസ്കൃതഗദ്യങ്ങളുടെ സ്വഭാവത്തിൽ പരിശുദ്ധമാക്കി എഴുതുവാൻ ഞാൻ ശ്രമിച്ചിട്ടില്ല" (പുറം: 20-21). നോവലിലെ ജനകീയമായ ആഖ്യാനശൈലിയോട് പൊരുത്തപ്പെടാത്ത പ്രത്യേക സംവർഗ്ഗങ്ങളാണ് സംസ്കൃതശ്ലോകങ്ങൾ. ഗ്രന്ഥകാരനെ കബളിപ്പിച്ച് അവ കടന്നുവരികയും ദൗത്യം നിറവേറ്റുകയും ചെയ്യുന്നു. പതിനെട്ടാമദ്ധ്യായത്തിലെ സുദീർഘമായ ചർച്ചകൾ യാഥാസ്ഥിതിക വായനയ്ക്ക് ഏറെ തടസ്സം സൃഷ്ടിച്ചിരുന്നു. അതിലെ ആശയങ്ങളും ദർശനങ്ങളും ഇന്നും ഇടത്തരം വർഗ്ഗത്തിന്റെ ഭാവുകത്വത്തിന് അന്യമാണ്. എന്നാൽ ഇന്ദുലേഖ-മാധവൻ സംഭാഷണത്തിലും തുടർന്നും വരുന്ന സംസ്കൃതശ്ലോകങ്ങൾ ആരുടെയെങ്കിലും വായനയെ വിഷമിപ്പിച്ചതിന് തെളിവില്ല. ശൃംഗാരപ്രധാനമായ മണിപ്രവാളകാലത്തെ ഭാവുകത്വത്തെയാണ് അവ തൃപ്തിപ്പെടുത്തുന്നത്. സ്ത്രീ ശരീരത്തെ മാത്രം ആസ്വദിക്കുകയും സ്ത്രീ സ്വാതന്ത്ര്യത്തെ അംഗീകരിക്കാതിരിക്കുകയും ചെയ്യുന്ന സ്ത്രീവിരുദ്ധമായ സവർണ്ണ നാട്ടുവാഴി പ്രത്യയശാസ്ത്രം, ആഖ്യാനത്തിൽ കടന്നുവരുന്നത് ശ്ലോകത്തിന്റെ പ്രച്ഛന്നരൂപത്തിലാണ്. ശ്ലോകം ഉദാത്തവും ഗദ്യം മ്ലേച്ഛവുമായി പരിഗണിക്കപ്പെട്ട ചരിത്രത്തിലെ ശീലങ്ങൾക്ക് എഴുത്തും വായനയും ഒരുപോലെ കീഴ്പ്പെടുന്നു.

രണ്ട്, നാല്, ഇരുപത് അദ്ധ്യായങ്ങളിലാണ് നോവലിൽ ഇന്ദുലേഖയും മാധവനും തമ്മിലുള്ള സംഭാഷണം ചിത്രീകരിക്കുന്നത്. അദ്ധ്യായം നാലിൽ മാധവന്റെ യാത്ര പറയലും ഇരുപതിൽ പുനസ്സമാഗമവുമാണ്. ഇന്ദുലേഖയും മാധവനുമായുള്ള സ്വതന്ത്രവും വിശദവുമായ ആശയവിനിമയം രണ്ടാമദ്ധ്യായത്തിൽ മാത്രമാണെന്നത് അതിന്റെ പ്രാധാന്യം വർദ്ധിപ്പിക്കുന്നു. വിനിമയ മാധ്യമമായും, വിഷയമായും ഇവിടെ

സംസ്കൃതശ്ലോകങ്ങൾ ആവർത്തിക്കുന്നു. പരോക്ഷമായി അവ സംസ്കൃതപാണ്ഡിത്യത്തിന്റെ അടയാളങ്ങളാണ്. ശാകുന്തളത്തിലെയും മറ്റും പുരുഷവീക്ഷണത്തിലുള്ള ശൃംഗാരശ്ലോകങ്ങളാണ് ഇന്ദുലേഖ ചൊല്ലാൻ തെരഞ്ഞെടുക്കുന്നത്. സൂരിനമ്പൂതിരിയുമായുള്ള സംഭാഷണത്തിൽ (12-ാം അദ്ധ്യായം), ശ്ലോകം ചൊല്ലലിൽ സൂരി തുടർച്ചയായി പരാജയപ്പെടുമ്പോൾ ഇന്ദുലേഖ നിഷ്പ്രയാസം അത് ചൊല്ലി സാമർത്ഥ്യം തെളിയിക്കുന്നു.

ഇന്ദുലേഖയിലെ സ്ത്രീസൗന്ദര്യവർണ്ണനകൾ, നമ്മുടെ ധാരണകളെ ദൃഢപ്പെടുത്തുന്നവയാണ്. മണിപ്രവാളത്തിന്റെയും വെൺമണിമാരുടെയും ശൈലിയെ കൃത്യമായി ഇവിടെ പിന്തുടരുന്നു. സ്ത്രീവർണ്ണന, വാക്കുകൾ കൊണ്ടുള്ള ബലപ്രയോഗമായിത്തീരുന്നു. നോട്ടത്തിലെ ആസക്തിയും സ്പർശിക്കാനുള്ള വെമ്പലും ഇന്ദുലേഖാവർണ്ണനയിൽ ആഖ്യാതാവ് മറ കൂടാതെ പ്രകടിപ്പിക്കുന്നു. "ഇന്ദുലേഖയുടെ ദേഹത്തിന്റെ വർണ്ണത്തെക്കുറിച്ച് ഞാൻ ഒന്നു മാത്രം പറയാം. അരയിൽ നേമം ഉടുക്കുന്ന കസവു തുണിയുടെ വക്കിനുള്ള പൊൻകസവുകര മദ്ധ്യപ്രദേശത്തു പട്ടയുടെ മാതിരി ആവരണമായി നില്ക്കുന്നത് കസവാണെന്ന് തിരിച്ചറിയണമെങ്കിൽ കൈകൊണ്ടു തൊട്ടുനോക്കണം. ശരീരത്തിന്റെ വർണ്ണം പൊൻകസവിന്റെ സവർണ്ണമാകയാൽ കസവ് എവിടെ അവസാനിച്ചു. ശരീരം എവിടെ തുടങ്ങി, എന്ന് കാഴ്ചയിൽ പറവാൻ ഒരുവനും സാധിക്കയില്ല... . . ഈ കാലം സ്തനങ്ങൾ കഠിനഭാരങ്ങളാവാൻ സമീപിച്ചിരിക്കുന്നു എന്നു തന്നെ പറയാം. വൃത്തങ്ങളായി നിരന്തരങ്ങളായി പൊങ്ങിവരുന്ന ആ തങ്കക്കുടങ്ങളെ ഏതു യുവാവ് കണ്ടു സഹിക്കും?" (പുറം 33, അടിവര ലേഖകന്റേത്)

മദ്ധ്യകാല മണിപ്രവാളശ്ലോകങ്ങളിലെ കേശാദിപാദവർണ്ണനയുടെ സംസ്കാരമല്ലാതെ ഇംഗ്ലീഷിന്റേതായ എന്ത് പുതുമയാണ് ഇവിടെ കണ്ടെത്തുക? "ഇന്ദുലേഖയുടെ സുവർണ്ണസദൃശ്യമായ വർണ്ണവും വിദ്രുമംപോലെ ചുവന്ന അധരങ്ങളും കരിങ്കുവലയങ്ങൾക്ക് ദാസ്യം കൊടുത്ത നേത്രങ്ങളും ചെന്താമരപ്പൂവുപോലെ ശോഭയുള്ള ആ മുഖവും നീല കുന്തളങ്ങളും സ്തനഭാരവും അതികൃശമായ മദ്ധ്യവും മറ്റും ആകപ്പാടെ കാണുമ്പോൾ പുരുഷന്മാരുടെ മനസ്സിന് ഉണ്ടായ ആനന്ദവും സന്തോഷവും പരിതാപവും ഭ്രാന്തിയും ആസക്തിയും വ്യഥയും ഇന്ന പ്രകാരമാണെന്ന് പറഞ്ഞറിയിപ്പാൻ എന്നാൽ അസാദ്ധ്യമാണെന്ന് ഞാൻ തീർച്ചയായി ഇവിടെ സമ്മതിക്കുന്നു. " (പുറം 33)

ആഖ്യാതാവിന്റെ ഈ ഭ്രമകല്പനകൾ പാമരനായ സൂരിനമ്പൂതിരിയുടെ ചാഞ്ചല്ല്യത്തോടടുത്ത് നിൽക്കുന്നതും നോവലിന്റെ ദാർശനിക തലവുമായി ഒരിക്കലും ഒത്തുപോകാത്തതുമാണ്.

ഇന്ദുലേഖാ നോവലിന്റെ സാംസ്കാരികസ്വത്വം പുരാരൂപങ്ങളുടെയും പുതുരൂപങ്ങളുടെയും മിശ്രിതമാണെന്ന് നിരീക്ഷിക്കുകയാണ് ഇതുവരെ ചെയ്തത്. ശ്ലോകങ്ങളും വർണ്ണനകളുമാണ് ഇതിനടിസ്ഥാനമായി കണ്ടത്. തുടർന്ന് നോവലിലെ വ്യത്യസ്ത ജീവിതവ്യവഹാരങ്ങളിലായി ചിതറിക്കിടക്കുന്ന പഴയതും പുതിയതുമായ സംസ്കാര ചിഹ്നങ്ങളെ തിരിച്ചറിയാനുള്ള ശ്രമമാണ് നടത്തുന്നത്. വേർതിരിഞ്ഞു നില്ക്കാതെ പരസ്പരം കൂടിക്കലർന്ന് അവ സാങ്കല്പികമായ സ്വത്വബോധം നിർമ്മിക്കുന്നു. പരസ്പരവ്യത്യാസങ്ങളെയും വൈരുദ്ധ്യങ്ങളെയും തമസ്കരിക്കുന്നു.

ശരീരഭാഷ:

പഴയ രൂപം : കുടുമ, മുല്ലമാല, കടുക്കൻ, വെള്ളി കെട്ടിയ വടി, രുദ്രാക്ഷമാല, പൂണൂൽ, വെള്ളിച്ചെല്ലം, തുപ്പട്ട, സ്വർണ്ണക്കണ്ണാടി, തോട, പതക്കം, പൂട്ടുള, ഒന്നര, കസവുമുണ്ട്, മെതിയടി.

പുതുരൂപം : യൂറോപ്യൻ ഡ്രസ്സ്, ബൂട്സ്, പിസ്റ്റൾ, റിവോൾവർ, ബ്രീച്ച്ലോഡർ, പാപ്പാസ്, ചെരിപ്പ്, ഗഡിയാൾ.

ഗാർഹികം, ആരാധന:

പഴയരൂപം : കുളം, കുളിപ്പുര, ക്ഷേത്രം, സത്രം, തറവാട്, നാലുകെട്ട്, വിളക്ക്, ഊട്ടുപുര, ഗ്രാമം, കുറി.

പുതുരൂപം : മണിമാളിക, ബംഗ്ലാവ്, മണ്ണെണ്ണ വിളക്ക്, മെഴുകുതിരി, നഗരം.

കുടുംബബന്ധം:

പഴയ രൂപം : അമ്മാമൻ, സംബന്ധം, വേളി, കൂട്ടുകുടുംബം.

പുതുരൂപം : അച്ഛൻ, അന്തഃകരണ വിവാഹം

കളി:

പഴയ രൂപം : ചതുരംഗം, കഥകളി.

പുതുരൂപം : ക്രിക്കറ്റ്, ടെന്നീസ്, നായാട്ട്.

സംഗീതം:

പഴയ രൂപം : വീണ, കർണ്ണാടക സംഗീതം.

പുതുരൂപം : ഫിഡിൽ, പിയാനോ

വാർത്താവിനിമയം:

പഴയ രൂപം : കിംവദന്തി, കയ്യെഴുത്ത്.

പുതുരൂപം : തപ്പാൽ, ടെലഗ്രാഫ്, ന്യൂസ്പേപ്പർ.

സഞ്ചാരം:

പഴയ രൂപം : കാൽനട, മഞ്ചൽ, പല്ലക്ക്.

പുതുരൂപം : തീവണ്ടി, കപ്പൽ.

സമ്പത്ത്:

പഴയ രൂപം : ജന്മം, പാട്ടം, വാരം.

പുതുരൂപം : പണം, മൂലധനം, ഓഹരി, ബാങ്ക്, ഉദ്യോഗം, ശമ്പളം, കമ്പനി, വ്യവസായം, കച്ചവടം.

ഭക്ഷണം:

പഴയ രൂപം : ഊൺ, സദ്യ.

പുതുരൂപം : ചായ, മട്ടൺചാപ്സ്, കട്‌ലറ്റ്, ഷെറിവൈൻ.

അറിവ്:

പഴയ രൂപം : സംസ്കൃതം, ആലേഖഗ്രന്ഥം, രാമായണം, ഭാഗവതം, ശാകുന്തളം.

പുതുരൂപം : ഇംഗ്ലീഷ്, ബിരുദം, അച്ചടിഗ്രന്ഥം, നോവൽ, സംവാദം.

മാധവന്റെ കുടുമയും കോട്ടും മധ്യവർഗ്ഗത്തിന്റെ മിശ്രസംസ്കാരത്തെ ശരീരഭാഷയിൽ കൃത്യമായി അടയാളപ്പെടുത്തുന്നു. വെള്ളിച്ചെല്ലം, സ്വർണ്ണക്കണ്ണാടി, പൂണൂൽ ഇവയോടൊപ്പം സൂരിനമ്പൂതിരിക്ക് ഗഡിയാളും ആഭിജാത്യചിഹ്നമാണ്. ഇന്ദുലേഖയ്ക്ക് താമസിക്കാൻ ഇംഗ്ലീഷ് രീതിയിലുള്ള ബംഗ്ലാവ് തറവാടിന്റെ മതിൽക്കെട്ടിനുള്ളിൽ തന്നെ പഞ്ചുമേനോൻ ഒരുക്കുന്നു. മാധവൻ ചതുരംഗവും ക്രിക്കറ്റും മാറിമാറിക്കളിക്കുന്നു. ഇന്ദുലേഖ വീണയും പിയാനോയും സമർത്ഥമായി വായിക്കുന്നു. തപ്പാൽ, ടെലഗ്രാഫ്, വാർത്താപത്രം ഇവയ്ക്കിടയിലും കിംവദന്തി സ്വാധീന ശക്തി നിലനിർത്തുന്നു. ഓഹരി നിക്ഷേപവും മാമൂൽ വിശ്വാസവും ഒരാളുടെ തലയിൽതന്നെ ഒന്നിക്കുന്നു. സംഘർഷങ്ങളില്ലാത്ത, സുരക്ഷിതമായ, മധ്യവർഗ്ഗ ആദർശ ലോകമാണിത്.

പഴയ വിശ്വാസങ്ങളും ആചാരങ്ങളും കൈവിടാൻ മടിക്കുകയും പുതിയതെല്ലാം കൈയിലൊതുക്കാൻ ശ്രമിക്കുകയും ചെയ്യുന്ന മധ്യവർഗ്ഗ സംസ്കാരം നിലനിൽക്കുന്ന കാലത്തോളം, ഇന്ദുലേഖയ്ക്ക് വായനക്കാരുണ്ടാവുക തന്നെ ചെയ്യും.

(1999 ജൂൺ)

●

* ഒ. ചന്തുമേനോൻ, ഇന്ദുലേഖ, 1997, നാഷണൽ ബുക്ക് സ്റ്റാൾ, കോട്ടയം.

മുതലാളിത്തത്തിന്റെ ഉദയവും ഇന്ദുലേഖയും

1

ചന്തുമേനോനെ ഒന്ന് പിന്തിരിഞ്ഞു നോക്കുന്നത് പലതുകൊണ്ടും നല്ലതാണ്. ഒരു നൂറ്റാണ്ടു മുമ്പ്, നമ്മുടെ നോവൽ ഉദയംകൊള്ളു മ്പോഴുള്ള സ്ഥിതിയെന്തായിരുന്നുവെന്നും, പിന്നീടുണ്ടായ പുരോഗതി ഏതുവിധത്തിലായിരുന്നുവെന്നും അറിയാൻ ഇതു സഹായിക്കും.

പ്രാങ്മുതലാളിത്തത്തിന്റെ സൃഷ്ടിയാണ് കൂട്ടുകുടുംബവ്യവസ്ഥ. അതിന്റെ ജീർണ്ണിച്ച പുറന്തോടുകൾ പൊട്ടിച്ചാണ് ബൂർഷ്വാ കുടുംബം പിറവിയെടുത്തത്. ഈ നാശത്തിന്റെയും പിറവിയുടെയും കഥയാണ് ഇന്ദുലേഖ. നമ്മെ സംബന്ധിച്ചിടത്തോളം, പഴയ വ്യവസ്ഥയുടെ അണ്ഡം വിരിഞ്ഞത് വിദേശമുതലാളിത്തം വിരുത്തിയ ചിറകുകളുടെ ചൂടേറ്റിട്ടായിരുന്നുവല്ലോ.

പൂവള്ളിത്തറവാട്ടിൽനിന്ന് മദിരാശിയിലേക്ക് മാധവനെ കൈപിടിച്ചുയർത്തിയത് ഗിൽഹാം സായിപ്പാണ്. പഞ്ചുമേനോന്റെ മരുമകൻ എന്ന നിലയിൽനിന്ന് സിവിൽ സർവ്വീസിൽ ഒരുദ്യോഗസ്ഥൻ എന്ന നിലയിലേക്കാണ് മാധവന്റെ വളർച്ച. ഈ വളർച്ച സാധ്യമാക്കിയത് ഇംഗ്ലീഷ് വിദ്യാഭ്യാസമാണ്. പുതിയ വിദ്യാഭ്യാസത്തെയും ഗിൽഹാം സായിപ്പുമാരെയും ഇവിടെ ഇറക്കുമതിചെയ്തത് വിദേശമുതലാളിത്ത മാണ്. ബ്രിട്ടീഷ് സാമ്രാജ്യത്വത്തിന്റെ ഈ ദൂതവാഹകരാണ്, ചന്തുമേ നോന്റെ നോവൽ സാധ്യമാക്കിത്തീർത്തത്.

നാടുവാഴിത്തത്തിന്റെ അഴുകിയ മൂല്യങ്ങൾക്കു മാത്രം പറ്റിയതാണ്, കൂട്ടുകുടുംബത്തിലെ മണ്ണ്. ഇത് ചന്തുമേനോനും മാധവനും അറിയാം.

കടൽകടന്നെത്തിയ പുതിയ കൊടുങ്കാറ്റിനെക്കുറിച്ചറിയാതെ, മതിൽക്കെട്ടിനകത്ത് ചടഞ്ഞുകൂടിയിരിക്കയാണ്, ജന്മിത്തവും അതിന്റെ ഒരായിരം സേവകന്മാരും. പുതിയ ജീവിതം വിളയാൻ പറ്റിയ മണ്ണെവിടെയാണ്? മുതലാളിത്തം പുതുതായി കൂടുകെട്ടിത്തുടങ്ങിയ നഗരങ്ങളിൽ. മാധവൻ അച്ഛനമ്മമാരോടും ഇന്ദുലേഖയോടുമൊപ്പം നഗരത്തിൽ ചേക്കേറുന്നു. ജന്മവും പാട്ടവും അടിയായ്മയും ലുബ്ധും കോപവും ഇവിടെയില്ല. സൂരിനമ്പൂതിരിപ്പാടന്മാരുടെ ജല്പപ്രഭുത്വവും. പകരം യുക്തിചിന്തയും, ഇന്ത്യൻ നാഷണൽ കോൺഗ്രസ്സും ലിബറൽ ജനാധിപത്യവും, പുതുവ്യവസായങ്ങളും ഇവിടെ വിളയുന്നു—നരകത്തിൽ നിന്ന് സ്വർഗ്ഗത്തിലേക്കുള്ള വഴി ചന്തുമേനോൻ ചൂണ്ടിക്കാട്ടുന്നു.

ഈ വഴി ശിന്നന് കാട്ടിക്കൊടുത്തതിലുള്ള ശിക്ഷയാണല്ലോ മാധവൻ പിന്നീട് അനുഭവിച്ചത്. ശിന്നനെ ഇംഗ്ലീഷ് പഠിപ്പിക്കാനുള്ള തീരുമാനമാണ് കഥയുടെ ഗതി ആകെ നിർണ്ണയിക്കുന്നത്. പഞ്ചുമേനോന്റെ ശപഥം, സൂരിനമ്പൂതിരിപ്പാടിന്റെ എഴുന്നള്ളത്ത്, മാധവന്റെ ദേശാടനം, എല്ലാറ്റിനും കാരണം അതുതന്നെ.

19-ാം നൂറ്റാണ്ടിന്റെ അന്ത്യത്തിൽ ഇന്ത്യയിൽ മുതലാളിത്തം വേരോടിത്തുടങ്ങിയിട്ടേ ഉണ്ടായിരുന്നുള്ളൂ. ഇംഗ്ലീഷ് ഉടമയിൽ ബംഗാളിലുയർന്നുവന്ന ചണമില്ലുകളാണ് ഇതിന് തുടക്കം കുറിച്ചത്. ഇന്ത്യനുടമയിൽ ആദ്യത്തെ പരുത്തിത്തുണി മിൽ ബോംബെയിൽ പ്രവർത്തനം ആരംഭിച്ചു—1854-ൽ. പിന്നീടത് അഹമ്മദബാദിലേക്കും വ്യാപിച്ചു. 1891 ആയപ്പോഴേക്കും ഇന്ത്യനുടമയിലുള്ള മില്ലുകളുടെ എണ്ണം 67 ആയി ഉയർന്നു. ഒരു ലക്ഷത്തിലധികം തൊഴിലാളികൾ തുണിവ്യവസായത്തിൽ ജോലി ചെയ്തിരുന്നു. ഇന്ത്യക്കാരുടെ കീഴിൽ വ്യവസായങ്ങൾ ഉയർന്നുവരുന്നതിനെ സാധ്യമാകുമ്പോഴെല്ലാം ഇംഗ്ലീഷുകാർ തടസ്സപ്പെടുത്തിയിരുന്നുവെന്നോർക്കണം. അന്നുതന്നെ മാർക്സ് ദീർഘദർശനം ചെയ്തിരുന്നു: “ഉൽപാദനശക്തികളുടെ വികസനത്തിനും അവ ജനങ്ങൾ സ്വന്തം ആവശ്യത്തിനുപയോഗിക്കുന്നതിനും ആവശ്യമായ ഭൗതികപരിതഃസ്ഥിതി സൃഷ്ടിക്കാൻ ഇംഗ്ലീഷ് ബൂർഷ്വാസി നിർബ്ബന്ധിതരായിത്തീരും.”[1]

മെല്ലെ മെല്ലെ, ബ്രിട്ടീഷ് ഭരണത്തിൻകീഴിൽ വളർച്ചയ്ക്കും നന്മയ്ക്കും സൗകര്യം കണ്ടെത്തിയ ഒരു ചെറുവിഭാഗം കച്ചവടക്കാരും വ്യവസായികളും രൂപപ്പെട്ടുവന്നു. അവരുടെ കൈയിൽ അല്പം മൂലധനം സ്വരൂപിക്കപ്പെട്ടു. ബ്രിട്ടീഷുകാർ ഏർപ്പെടുത്തിയ പുതിയ കാർഷികപരിഷ്കരണം ഒരു പുത്തൻ ഭൂവുടമവർഗ്ഗത്തെ ബംഗാളിൽ സൃഷ്ടിച്ചു. ഇവരുടെയിടയിൽ നിന്നു രാജാറാം മോഹൻറായിയുടെയും മറ്റും നേതൃത്വത്തിലുള്ള ഒരു

സാമൂഹ്യ-സാംസ്കാരികപ്രസ്ഥാനം രൂപംകൊണ്ടു. മുതലാളിത്തത്തിനു ചേർന്ന പരിഷ്കാരങ്ങൾക്കുവേണ്ടി അവർ വാദിച്ചു.

ഇന്ത്യൻടമയിൽ പുതുതായി രൂപംകൊണ്ട വ്യവസായമൂലധനം, ഒരു ചെറുവിഭാഗം സമ്പന്നവർഗ്ഗത്തെ ആവേശം കൊള്ളിച്ചു. അതിന്റെ മൂല്യങ്ങൾ ഉൾക്കൊണ്ട് ഉയർന്നുവന്ന ബൂർഷ്വാ പരിഷ്കരണപ്രസ്ഥാനമാകട്ടെ ചന്തുമേനോനെപ്പോലുള്ള പുരോഗമനവാദികളെ ലഹരിപിടിപ്പിച്ചു. ഇന്ദുലേഖ അവസാനിക്കുന്നത്, ഈ പുതിയ ലോകത്തിന്റെ പടിവാതില്ക്കൽച്ചെന്നാണ്.

താൻ ജീവിക്കുന്ന സമുദായത്തെക്കുറിച്ച് ശരിയായ ബോധം ചന്തുമേനോനുണ്ടായിരുന്നു. നശിച്ചുകൊണ്ടിരിക്കുന്നതും, ഉയർന്നുവരുന്നതുമായ വ്യത്യസ്ത ശക്തികളേതൊക്കെയാണെന്ന് അദ്ദേഹത്തിന് മനസ്സിലാക്കാൻ സാധിച്ചു. ചരിത്രത്തിന്റെ ഗതി എങ്ങോട്ടാണെന്ന് കണ്ടറിയാൻ കഴിഞ്ഞു.

പഞ്ചുമേനോന്റെ മുന്നിൽ വിനയം ഭാവിച്ചു നിൽക്കുന്ന കേശവൻ നമ്പൂതിരി, ഒറ്റനോട്ടത്തിൽ ഒരു നിരുപദ്രവിയാണെന്നേ തോന്നൂ. എന്നാൽ ഒന്ന് സൂക്ഷിച്ചുനോക്കൂ. പരമ്പരാഗതമായ സാമൂഹ്യവ്യവസ്ഥയിൽ സ്വയമറിയാതെ അയാൾ ഒരു വിള്ളലുണ്ടാക്കിയിരിക്കുന്നു. "ഇയാൾ വളരെ ദ്രവ്യസ്ഥൻ എന്ന് പറഞ്ഞുകൂടാ-എന്നാൽ സാമാന്യം ഒരു ധനികനാണ്. കൈയിൽ സ്വന്തമായി അസാരം പണമുണ്ടായിരുന്നത്, ഒരു നൂൽക്കമ്പനി ഓഹരിയിൽ ഇട്ടിരിക്കുന്നു. "[2]

കൈത്തൊഴിലിനെ അടിസ്ഥാനമാക്കിയ ഇന്ത്യൻ സമ്പദ് വ്യവസ്ഥയുടെ അടിതകർക്കുന്ന, യന്ത്രവൽകൃതവ്യവസായത്തിന്റെ ഒരു ഓഹരിക്കാരനാണ് അയാൾ. ഒരർത്ഥത്തിൽ മാധവനെപ്പോലെതന്നെ ഒരു വിപ്ലവകാരി. അതിനെക്കുറിച്ച് ബോധവാനല്ലെന്നുമാത്രം. യന്ത്രവ്യവസായങ്ങളെക്കുറിച്ചൊന്നും അയാൾക്ക് അറിവില്ല. അബദ്ധധാരണകൾ വളരെയുണ്ടുതാനും. നൂൽക്കമ്പനിയിലെ ഇരുമ്പുചക്രങ്ങൾ തിരിയുന്നതെങ്ങനെയാണ്? അയാൾ പറയട്ടെ.

"ധൂമം ശക്തിയുള്ളതാണ്. ഹോമധൂമത്തിനു ശക്തിയില്ലേ? എനിക്ക് ഒന്നുകൂടി സംശയമുണ്ട്. ഇത് വല്ല മൂർത്തികളുടെയും പ്രസാദത്തിനുവേണ്ടിയുള്ള ഒരു ഹോമമോ എന്നുകൂടി സംശയമുണ്ട്. വല്ല വിഗ്രഹങ്ങളോ ചക്രങ്ങളോ ആ കൊടിമരത്തിന്റെയുള്ളിൽ വെച്ചിട്ടുണ്ടായിരിക്കാം-ആർക്കറിയാം? അതിന് ഈ ഹോമം വളരെ പ്രിയമായിരിക്കാം. അതിന്റെ പ്രസാദത്തിനാൽ ആയിരിക്കാം, ഈ കമ്പനി തിരിയുന്നത്. ആർക്കറിയാം? നാരായണമൂർത്തിക്കു മാത്രം അറിയാം. "(പു. 80)

എങ്ങനെയായാലും, ഇതിൽനിന്ന് ലാഭമുണ്ടാവുമെന്ന് അയാൾ ക്കുറപ്പുണ്ട്. പഴയ വിശ്വാസങ്ങളും ലാഭക്കൊതിയും ഒരു പ്രത്യേക ചേരുവയിൽ കൂടിക്കലർന്നിരിക്കയാണ് അയാളുടെ തലയിൽ. കൈയിലുള്ള പണം മൂലധനമാക്കി പെരുപ്പിക്കാൻ തീരുമാനിക്കു മ്പോൾ, അയാളും മുതലാളിത്തത്തിന്റെ പടിവാതിൽ കടന്നുകഴിഞ്ഞു. കടുത്ത യാഥാസ്ഥികനാണെങ്കിലും, ലാഭത്തെക്കുറിച്ചുള്ള വ്യാമോഹം ഇനി അയാളെ വിടാൻപോകുന്നില്ല.

1857 വരെ നാട്ടുവാഴിത്തത്തെ ബലമുപയോഗിച്ച് ഉന്മൂലനം ചെയ്യാനാണ് ഇംഗ്ലീഷ് ബൂർഷ്വാസി ശ്രമിച്ചത്. നാട്ടുവാഴിത്തത്തിൻകീ ഴിൽ പ്രത്യേക അവകാശങ്ങളും അധികാരങ്ങളുമുണ്ടായിരുന്ന പലർക്കും അത് നഷ്ടപ്പെട്ടു. ജാതി-മതവിശ്വാസങ്ങളെ അടിസ്ഥാനമാക്കിയ കൈത്തൊഴിലുകൾ വിദേശ ഉത്പ്പന്നങ്ങളുടെ കടന്നാക്രമണത്താൽ നശിച്ചു. തൊഴിലില്ലായ്മയും ക്ഷാമവും വ്യാപിച്ചു. 1857-ൽ ഫ്യൂഡൽ പ്രഭു ക്കളുടെ നേതൃത്വത്തിൽ പട്ടാളക്കാരും, സാധാരണജനങ്ങളും കലാപം ആരംഭിച്ചു. അത് ക്രൂരമായി അടിച്ചമർത്തിയെങ്കിലും ഇംഗ്ലീഷുകാരുടെ കണ്ണുതുറന്നു. ഇ. എം. എസ്. പറയുന്നു:

"അടിച്ചമർക്കപ്പെട്ട ഒരു കലാപത്തിൽ പങ്കാളികളായിരുന്നവരു മായി, പ്രത്യക്ഷമായ, എഴുതപ്പെട്ട ഒരൊത്തുതീർപ്പുണ്ടാക്കുകയെന്ന പ്രശ്ന മേയില്ല. പക്ഷേ, അലിഖിതമായ ഒരൊത്തുതീർപ്പ് സാദ്ധ്യമാണ്. ബ്രിട്ടീഷ് ഗവൺമെന്റിന്റെ ശക്തി, അജയ്യമാണെന്ന സത്യം ഫ്യൂഡൽ പ്രഭുക്കളും അവരുടെ നേതൃത്വത്തിൽ സമരം നടത്തിയ സാധാരണക്കാരും അംഗീ കരിക്കുക, ഫ്യൂഡൽ പ്രഭുക്കളുടെ അവകാശപദവികളും സ്വത്തുക്കളും സംരക്ഷിക്കുന്നതോടൊപ്പം ഇന്ത്യൻജനതയുടെ (അക്രൈസ്തവരുടെ) മതപരമായ വിശ്വാസപ്രമാണങ്ങൾക്കും ജാത്യാചാരനടപടികൾക്കും കോട്ടംതട്ടാത്ത രീതിയിൽ ബ്രിട്ടീഷുകാർ ഭരണം നടത്തുക, ഇതാണ് ഈ ഒത്തുതീർപ്പിന്റെ രണ്ടു മുഖങ്ങൾ. "[3]

തകർന്നുകൊണ്ടിരിക്കുന്ന പ്രാങ്മുതലാളിത്തശക്തികളുമായി വിദേശഭരണാധികാരികൾ ചെയ്ത സന്ധിയുടെ വളക്കൂറുള്ള മണ്ണിലാണ് കേശവൻനമ്പൂതിരിയെപ്പോലുള്ള ഒരു കഥാപാത്രം ഉയിരെടുക്കുന്നത്. വിശ്വാസപ്രമാണങ്ങൾ, ലാഭക്കൊതിക്ക് വിലങ്ങുതടിയാവില്ലെന്ന് അയാൾ മനസ്സിലാക്കുന്നത് ഈ ഒത്തുതീർപ്പിന്റെ വെളിച്ചത്തിലാണ്. ജാതി-മത-ഗോത്രവർഗ്ഗവിശ്വാസത്തിന്റെ അവശിഷ്ടങ്ങൾ കൂടിച്ചേർന്ന് ഇന്ത്യൻ മുതലാളിത്തം രൂപപ്പെട്ടുവരുന്നതിന്റെ ആദ്യഘട്ടം, ചന്തുമേ നോൻ ദീർഘദർശിത്വത്തോടെ ചിത്രീകരിക്കുന്നു.

എതിർപ്പുകളെ നേരിട്ട് ഉയർന്നുവരുന്ന ഈ പുതിയ ശക്തിയെ മനസ്സിലാക്കാൻ കഴിയാത്തവരോട് അദ്ദേഹം സഹതപിക്കുന്നു; അവരെ കണക്കിന് കളിയാക്കുകയും ചെയ്യുന്നു. പഞ്ചുമേനോനും സൂരിനമ്പൂതിരിപ്പാടുമാണ് അതിന് പാത്രങ്ങളാകുന്നത്. കോപിച്ച് ചെയ്തുപോയ ശപഥം സ്വയം വിഴുങ്ങുകയാണ് പഞ്ചുമേനോൻ. ആ പാവപ്പെട്ട വൃദ്ധൻ തന്റെ പിടിവാശി കണ്ണീരിനാൽ കഴുകിക്കളയുമ്പോഴേ, ചന്തുമേനോൻ മാപ്പുകൊടുക്കുന്നുള്ളൂ. സൂരിനമ്പൂതിരിപ്പാടോ? സൂര്യനുദിക്കും മുമ്പ് അടച്ചുപൂട്ടിയ മഞ്ചലിൽ രക്ഷപ്പെടേണ്ടിവരുന്നതിൽപ്പരം ശിക്ഷയെന്തുണ്ട്? പഞ്ചുമേനോൻ ഫ്യൂഡലിസത്തിന്റെ കോമരമാണെങ്കിൽ, സൂരിനമ്പൂതിരിപ്പാട് അതിന്റെ കോമാളിയത്രെ. അധഃപതിച്ച സംസ്കാരത്തിന്റെ വ്യത്യസ്തമുഖങ്ങളാണ് ഇവ രണ്ടും.

ഒരു ജാതിയോടോ മതത്തോടോ പ്രത്യേകമായ വിരോധം തനിക്കില്ലെന്ന് നോവലിസ്റ്റ് പറയുന്നുണ്ട്. ശരിയാണ്. രണ്ടു വിഭാഗമേ അദ്ദേഹത്തിന്റെ മുന്നിലുള്ളൂ. നാടുവാഴിത്ത സംസ്കാരം തകരാതെ നിലനിർത്തണമെന്നുള്ളവരും, അതിനെ തകർത്ത് പുതിയ മുതലാളിത്ത സംസ്കാരം കെട്ടിപ്പടുക്കുന്നവരും. യാഥാസ്ഥിതികരും ഉത്പതിഷ്ണുക്കളും. ഇതിൽ ഏതു ചേരിയിൽ നിൽക്കുന്നുവെന്നത് പ്രധാനമാണ്. അതാണ് കഥാപാത്രങ്ങളുടെ സ്വഭാവം നിശ്ചയിക്കുന്നത്.

ജാതിയുടെയും മതത്തിന്റെയും മാത്രമല്ല, പ്രാദേശികത്വത്തിന്റെയും അതിർവരമ്പുകളെ ചന്തുമേനോൻ മായ്ച്ചുകളയുന്നു. ബൂർഷ്വാസ്വാതന്ത്ര്യത്തിന്റെ മുൻ ഉപാധി ഇതാണ്. നാടുവാഴിത്തച്ചരടുകൾ പൊട്ടിച്ച് നഗരത്തിലേക്കു കുതിക്കുന്ന നായകനെയാണ് ബൂർഷ്വാസി ആദർശവൽക്കരിക്കുന്നത്.

"ബൂർഷ്വാസി നഗരങ്ങളുടെ വാഴ്ചയ്ക്ക് ഗ്രാമങ്ങളെ കീഴ്പ്പെടുത്തിയിരിക്കുന്നു. വമ്പിച്ച നഗരങ്ങൾ സൃഷ്ടിക്കുകയും, ഗ്രാമീണജനതയെ അപേക്ഷിച്ച് നഗരങ്ങളിലെ ജനസംഖ്യ ഗണ്യമായി വർദ്ധിക്കുകയും ചെയ്തിരിക്കുന്നു. അങ്ങനെ ജനസംഖ്യയിൽ വലിയൊരു വിഭാഗത്തെ, ഗ്രാമീണജീവിതത്തിന്റെ മൗഢ്യത്തിൽനിന്നും രക്ഷിച്ചിരിക്കുന്നു." (കമ്മ്യൂണിസ്റ്റ് മാനിഫെസ്റ്റോ).

ചന്തുമേനോന്റെ നായകനും മൗഢ്യത്തിൽ നിന്നും രക്ഷനേടുന്നത്, നഗരങ്ങളെ ആശ്രയിച്ചാണ്.

മാധവന്റെ ദേശാടനംകൊണ്ട് ചന്തുമേനോൻ ഉദ്ദേശിച്ചത് ഇതു മാത്രമല്ല. നിരാശയിലവസാനിച്ച പ്രേമത്തിന്റെ ദുഃഖസ്മരണയോടെയാണ് അയാൾ നാടുവിടുന്നത്. മരിച്ച് ശവം കടലിൽ വീണാലും മലയാളക്കരയിൽ അത്രവേഗം ചവിട്ടുകയില്ലെന്ന ദൃഢനിശ്ചയത്തോടെ,

മദിരാശിയിലേക്കും അവിടെനിന്ന് ബോംബെയിലേക്കും വണ്ടികയറി. ബോംബെയിൽ നിന്ന് കൽക്കത്തയിലേക്ക്. മാധവൻ യാത്രചെയ്തെത്തിയ സ്ഥലങ്ങളും, കണ്ടുമുട്ടിയ സുഹൃത്തുക്കളും യാദൃച്ഛികങ്ങളല്ല. ഇന്ത്യയിൽ വ്യാവസായിക മുതലാളിത്തം രൂപംപൂണ്ട ആദ്യകേന്ദ്രങ്ങളാണവ.

ഈ പുതിയ തീർത്ഥാടനകേന്ദ്രങ്ങളിലേക്കുള്ള യാത്രയിൽ മാധവന് രൂപത്തിൽപ്പോലും സായ്പിന്റെ പ്രതിച്ഛായ നല്കുവാൻ നോവലിസ്റ്റ് മറന്നിട്ടില്ല: “വഴിയാത്രയിൽ മുഴുവൻ നല്ല യൂറോപ്യൻ ഡ്രസ്സും ബൂട്സും ആണ് നിശ്ചയിച്ച് ഇട്ടുവന്നത്. ആറു കുഴലുകൾ ഉള്ള ഒരു റിവോൾവർ കാൽക്കുപ്പായത്തിന്റെ വലിയ പോക്കറ്റിൽ ഇട്ടിട്ട് പലപ്പോഴും നടക്കാറുള്ള സമ്പ്രദായം വഴിയാത്ര ആരംഭിച്ചമുതൽ മാധവൻ എല്ലായ്പ്പോഴും ചെയ്തുവന്നു. അച്ഛൻ സ്നേഹത്തോടെ സമ്മാനിച്ച കടുക്കൻ, ബോംബെയിലെത്തിയപ്പോൾ വളരെ ഭാരമായും ഉപദ്രവകരമായും തോന്നി അഴിച്ചുവിറ്റു. ”(പു. 199)

നാട്ടുമ്പുറത്തുനിന്നു നഗരത്തിലെത്തുമ്പോൾ, ചന്തുമേനോൻ വാചാലനാവുകയാണ്. പരിഷ്കാരത്തിന്റെ പുതിയ നേട്ടങ്ങൾ മാധവന് കാട്ടിക്കൊടുക്കുവാൻ അദ്ദേഹം ധൃതികൂട്ടുന്നു. പൂവള്ളിത്തറവാട്ടിനെക്കുറിച്ചു പറയുമ്പോൾ മിതത്വം പാലിക്കാൻ ചന്തുമേനോനറിയാം. എന്നാൽ ബോംബെ തുറമുഖത്തെത്തുമ്പോൾ, അദ്ദേഹം ആവേശം കൊള്ളുന്നു. ഇന്ത്യയേയും ബിലാത്തിയേയും കൂട്ടിയിണക്കുന്ന ആ പടിവാതിൽക്കൽ, നിർവ്വികാരനായി നിൽക്കാൻ അദ്ദേഹത്തിനു കഴിയുമോ? വ്യവസായത്തിന്റെയും കച്ചവടത്തിന്റെയും പുരോഗതി ഇവിടെ പ്രത്യക്ഷീഭവിക്കുന്നു.

കൽക്കത്തയിൽ ബാബുഗോവിന്ദ് സെന്റെ ബംഗ്ലാവിന്റെ പേർ, അമരാവതിയെന്നാണ്. മണിപ്രവാളകാവ്യങ്ങളിലെ അമരാവതി വർണ്ണനയെ അതിശയിക്കുന്നതാണ് ചന്തുമേനോന്റേത്. അദ്ദേഹം തുറന്നു പറയുന്നു.

“മാധവന് ഈ ഭൂമി വിട്ട് ഏതോ ഇതുവരെ അനുഭവിക്കാത്ത സുഖങ്ങളോടുകൂടിയ ഒരു സ്വർഗ്ഗലോകത്തോ മറ്റോ തന്നെക്കൊണ്ടാക്കിയതുപോലെ തോന്നി. ” (പു. 207)

ഈ പുതിയ കാഴ്ചകളുടെ മാസ്മരശക്തിയിൽ, മാധവൻ സ്വകാര്യദുഃഖങ്ങളെല്ലാം മറന്നിരിക്കും. മലബാറിൽനിന്നു വന്ന ഈ പുതിയ അതിഥിയെ സ്വീകരിക്കാൻ നഗരം കാത്തിരിക്കുകയായിരുന്നു.

അവിടെ അയാൾ കണ്ടെത്തുന്ന സുഹൃത്തുക്കൾ ആരൊക്കെയാണ്? ബാബുഗോവിന്ദ് സെൻ, ചിത്രപ്രസാദ് സെൻ, ഗോപിനാഥ് ബാനർജി എന്നിവർ കൽക്കത്തയിലെ കോടീശ്വരന്മാരാണ്. കേരളത്തിലും

ബംഗാളിലുമുള്ള സമ്പന്നന്മാർ തമ്മിലുള്ള അന്തരം നോവലിസ്റ്റ് വ്യക്തമാക്കുന്നു. ലക്ഷം രൂപയുള്ളവൻ ഇവിടെ ധനികനാണ്. പതിനഞ്ചുകോടിയിലധികം ഉള്ളവനേ അവിടെ ധനികനാവൂ. പൂവിൽനിന്ന് സുഗന്ധമെന്നപോലെ പണത്തിൽനിന്നു സകല ഗുണങ്ങളും ഉറവെടുക്കുന്നു. ഔദാര്യം, ദയ, മര്യാദ, വിനയം ഇവയിൽ അവർ ആരെയും ജയിക്കും. ഒരു നിമിഷമേ വേണ്ടിവന്നുള്ളൂ മാധവന് അവരുടെ സുഹൃത്താകാൻ. ആതിഥ്യം കൊണ്ട് മാധവനെ വീർപ്പുമുട്ടിക്കുകയും, ഒടുവിൽ ഗദ്ഗദത്തോടെ യാത്രയാക്കുകയും ചെയ്യുന്നു. വിലപിടിപ്പുള്ള സമ്മാനങ്ങളോടെ.

മനുഷ്യന്റെ ഏറ്റവും ഉൽകൃഷ്ടമായ മാതൃകകൾ കണ്ടെത്താൻ ചന്തുമേനോന് നഗരങ്ങളിലെത്തേണ്ടിവന്നു. അദ്ദേഹത്തെ സംബന്ധിച്ചിടത്തോളം നഗരങ്ങളാണ് ഉൽകൃഷ്ടമൂല്യങ്ങളുടെ ഉത്ഭവസ്ഥാനം. പുതിയ പണത്തിന്റെ ഉറവിടവും അവിടെത്തന്നെയാണല്ലോ! രണ്ടിനോടും അദ്ദേഹത്തിന് മതിപ്പുണ്ട്; ആരാധനയുണ്ട്.

കൂട്ടുകച്ചവടത്തിലൂടെ വൻതോതിൽ പണം സ്വരൂപിച്ചവരാണ് മാധവന്റെ സുഹൃത്തുക്കൾ. അവർ അത് നാളെ വ്യവസായങ്ങളിലും മുടക്കേണ്ടതാണ്. കച്ചവടമൂലധനം വ്യവസായമൂലധനമായി മാറും. വളർന്നുവികസിക്കും. ഇന്നത്തെ കച്ചവടക്കാരാണ് നാളത്തെ വ്യവസായികൾ. ചന്തുമേനോൻ നാളെയുടെ പ്രതിനിധികളായി അവരെക്കണ്ടതിൽ അത്ഭുതമില്ല.

2

"ഗ്രന്ഥത്തിന്റെ ഉത്തരാർദ്ധത്തിൽ കഥാപ്രവാഹത്തെ പ്രതിരോധിക്കുന്ന ഒരു ശിലാഖണ്ഡമുണ്ട്. '' (എം. പി. പോൾ-നോവൽസാഹിത്യം)

ഇന്ദുലേഖയിലെ 18-ാം അദ്ധ്യായമാണത്. ചന്തുമേനോന് പറ്റിപ്പോയ ഒരു നോട്ടക്കുറവായി അതു പലരും എടുത്തുകാണിച്ചു. ദുഃഖിച്ചിരിക്കേണ്ട സന്ദർഭത്തിൽ മാധവൻ വാദപ്രതിവാദത്തിൽ ഏർപ്പെടുന്നത് അവരെ അതിശയിപ്പിച്ചു. ചന്തുമേനോനെപ്പോലുള്ള ഒരു നോവലിസ്റ്റിന് ഈ 'അബദ്ധം' പറ്റിയതെങ്ങനെയെന്ന് നമുക്ക് അന്വേഷിക്കേണ്ടതുണ്ട്.

ഒരു പരിവർത്തനഘട്ടത്തിലെ എഴുത്തുകാരനാണ് ചന്തുമേനോൻ. നാടുവാഴിത്തസംസ്കാരത്തിന്റെ അവശിഷ്ടങ്ങൾ ജീർണ്ണിക്കുന്നു. ബൂർഷ്വാപരിഷ്കരണപ്രസ്ഥാനത്തിന്റെ സ്വാധീനം വർദ്ധിച്ചുവരുന്നു. ഈ പരിവർത്തനത്തിന്റെ ചുവടൊപ്പിച്ച്, കലാമാധ്യമത്തെ വളർത്തിയെടുക്കുന്നതിൽ പരിമിതികൾ ഉണ്ട്. ഫ്യൂഡൽ സമ്പദ് വ്യവസ്ഥയുടെ മേൽ വിദേശഭരണം കനത്ത പ്രഹരമേല്പിച്ചു. എന്നാൽ അതിന്റെ സ്ഥാനത്ത്,

കരുത്തുറ്റ മുതലാളിത്തസമ്പദ് വ്യവസ്ഥ, ഒരു പ്രബലശക്തിയായി ഉയർന്നുവന്നില്ല. 1853-ൽ മാർക്സ് എഴുതി: "ഇംഗ്ലണ്ട് ഇന്ത്യൻ സാമൂഹ്യഘടനയുടെ ചട്ടക്കൂട് ആകെ തകർത്തു. പുനഃസംഘടനയുടെ ലക്ഷണമൊന്നും ഇനിയും കാണുന്നുമില്ല. പുതിയതൊന്നും കിട്ടാതിരിക്കുന്ന ഹിന്ദുവിന് തന്റെ പഴയ ലോകം നഷ്ടപ്പെട്ടിരിക്കുന്നു. "[4]

ഇത് 19-ാം നൂറ്റാണ്ടിന്റെ ഉത്തരാർദ്ധത്തിലെ കലാകാരന്റെ ധർമ്മസങ്കടംകൂടിയാണ്. ഇനിയും പൂർണ്ണമായി രൂപപ്പെടാത്ത പരിവർത്തനത്തെ, വൈകാരികമായി ഉൾക്കൊണ്ട് ആവിഷ്കരിക്കാനുള്ള അയാളുടെ ശ്രമം സാഹസികമാണ്. ആ ധീരതയാണ് ചന്തുമേനോൻ കാണിച്ചത്. നോവലിലൂടെ ഉയർത്തിക്കാട്ടണമെന്ന് ഉദ്ദേശിച്ച പല സംഗതികളും കഥയുടെ അവസാനമായിട്ടും ബാക്കിനിൽക്കുന്ന ദുഃഖസത്യം അദ്ദേഹം കണ്ടു. ശാസ്ത്രത്തിന്റെ വളർച്ച, യുക്തിചിന്ത, ഇന്ത്യൻ നാഷണൽ കോൺഗ്രസ്സിന്റെ പ്രസക്തി, ഇന്ത്യക്കാരെ രാജ്യഭരണക്രമങ്ങളിൽ പങ്കെടുപ്പിക്കേണ്ടതിന്റെ ആവശ്യം- അങ്ങനെ എന്തെല്ലാമെന്തെല്ലാം! കഥ അതിന്റെ പരിസമാപ്തിയിലെത്തുകയാണ്. എങ്കിലും ഈ കാര്യങ്ങൾ കഥാപ്രവാഹത്തിലലിയിച്ചുചേർക്കാൻ കഴിഞ്ഞില്ല. ഇന്ദുലേഖയുടെ പ്രിയപ്പെട്ട കാമുകൻ എന്ന നിലയിൽനിന്ന്, ഇംഗ്ലീഷ് ഭരണത്തെക്കുറിച്ചും കോൺഗ്രസ്സിനെക്കുറിച്ചും ഇന്ത്യക്കാരുടെ പ്രശ്നങ്ങളെക്കുറിച്ചും വിപ്ലവകരമായി ചിന്തിക്കുന്ന ഒരുവനായി മാധവനെ വളർത്തിയെടുക്കാൻ കഴിഞ്ഞില്ല. ഇതിന് പോംവഴിയെന്താണ്? ഇന്ദുലേഖയുടെ ഉത്തരാർദ്ധം മുഴുവൻ പരന്നുകിടക്കുന്ന വാചാലതതന്നെ. അത് കട്ടിപിടിച്ചുണ്ടായ ശിലാഖണ്ഡമാണ് പതിനെട്ടാമദ്ധ്യായം. പുത്തൻ ചിന്താഗതികളുടെയും ജീവിതമൂല്യങ്ങളുടെയും മാനിഫെസ്റ്റോ ആണത്. കഥയുമായി വൈകാരികമായ ബന്ധം അതിനില്ല.

ചന്തുമേനോന്റെ നോവലുകൾ പുറത്തുവരുമ്പോൾ ഇന്ത്യൻ മുതലാളിത്തം ശൈശവദിശയിലാണ്. ആദിമസഞ്ചയഘട്ടം (Primitive accumulation) പിന്നിട്ടു കഴിഞ്ഞിട്ടില്ല. ഇംഗ്ലീഷ് കച്ചവടക്കമ്പനികളുടെയും, സാധാരണജനങ്ങളുടെയുമിടയിൽ മദ്ധ്യവർത്തികളായി നിന്ന് ഒരുവിഭാഗം കച്ചവടക്കാർ നല്ല ലാഭമുണ്ടാക്കിയിരുന്നു. പാപ്പരായിക്കൊണ്ടിരിക്കുന്ന ജനതയെ ഞെക്കിപ്പിഴിഞ്ഞ് ഹുണ്ടികക്കാരും വീർത്തുവന്നു. വ്യവസായവിപ്ലവത്തിന്റെ ഫലമായി വ്യാപാര-പണമിടപാട് മൂലധനം വ്യവസായമൂലധനമായി മാറുന്ന പ്രക്രിയയാണ് യൂറോപ്യൻ രാജ്യങ്ങളിൽ സംഭവിച്ചത്. എന്നാൽ ഇവിടെ അതേ രീതിയിൽ നടന്നില്ല. ഈ പണം വ്യവസായത്തിൽ മുടക്കി, വ്യവസായമുതലാളിമാരാവാൻ വേണ്ട സാഹചര്യം ഇന്ത്യയിലുണ്ടായില്ല. ബ്രിട്ടീഷുകാർ അത് തടസ്സപ്പെടുത്തി. ജാതികളും ഉപജാതികളുമായി തിരിഞ്ഞ സമുദായം, പരമ്പരാഗതമായ

കുലത്തൊഴിലുകളിൽ മാത്രം ഏർപ്പെട്ടുവന്നു. അത് മറ്റൊരു തടസ്സമായിരുന്നു. ബ്രിട്ടീഷ്ഭരണത്തിൽ വൻവ്യവസായങ്ങൾ ഉയർന്നുവന്നതുമില്ല. ഇതിന്റെ ഫലമോ? വ്യാപാര-പണമിടപാട് മൂലധനം കുറേ ഏറെ സ്വരൂപിക്കപ്പെട്ടുവെങ്കിലും അതിന്റെ വളരെ ചെറിയ ഒരംശമേ വ്യവസായമൂലധനമായി മാറിയുള്ളൂ. ഇന്ത്യൻ മുതലാളിത്തത്തിന്റെ വളർച്ച ഇഴഞ്ഞിഴഞ്ഞായിരുന്നു.

ചന്തുമേനോൻ വിഭാവനം ചെയ്യുന്ന പരിഷ്കാരങ്ങൾ, മുതലാളിത്തത്തിന്റെ ശക്തമായ അടിത്തറയുണ്ടെങ്കിലേ വേരോട്ടുകയുള്ളൂ. യുക്തിചിന്തയുടെയും, ലിബറൽ ജനാധിപത്യത്തിന്റെയും, ഇന്ത്യൻ നാഷണൽ കോൺഗ്രസ്സിന്റെയും, വളർച്ച ഈ അടിത്തറയുമായി ബന്ധപ്പെട്ടതാണ്. ബൂർഷ്വാസാഹിത്യത്തിന്റെ വളർച്ചയും. ആദിമസഞ്ചയഘട്ടത്തിലെ ബൂർഷ്വാ എഴുത്തുകാരന് പുത്തൻ പരിഷ്കാരങ്ങൾ വളരെ പ്രിയങ്കരങ്ങളായേക്കാം. പക്ഷേ, ദുർബ്ബലമായ അസ്തിവാരത്തിന്മേലുള്ള നിലനില്പ് അയാളുടെ ശ്രമങ്ങളെ പരിമിതപ്പെടുത്തുന്നു. സ്വന്തം ചിന്തകൾ കഥാപാത്രങ്ങളുടെ വൈകാരികജീവിതവുമായി ഇണക്കിച്ചേർക്കാൻ കഴിയാതെ വരുന്നു. കലാമാധ്യമം വഴങ്ങാതെ തെന്നിമാറുന്നു. 18-ാം അദ്ധ്യായം ഈ പരാജയങ്ങളുടെ ആകെത്തുകയാണ്.

മലയാളത്തിൽ ഇതിനു തുല്യമായ പരാജയങ്ങൾ പിന്നെയും ഉണ്ടായിട്ടുണ്ട്. ഇരുപതാം നൂറ്റാണ്ടിൽ ഇന്ത്യൻ മുതലാളിത്തം ഒരു പ്രബലശക്തിയായി വളർന്നു. ഒപ്പം കരുത്തുറ്റ തൊഴിലാളിവർഗ്ഗപ്രസ്ഥാനവും രൂപപ്പെട്ടുവന്നു. സംഘടിതസമരങ്ങൾ അധികമധികം വ്യാപകമായി. 1935-48 കാലഘട്ടം. അവരുടെ ശബ്ദം സാഹിത്യാന്തരീക്ഷത്തിലും അലയടിച്ചു. തൊഴിലാളിവർഗ്ഗവീക്ഷണമുള്ളവരും അവരോടനുഭാവമുള്ളവരുമായ സാഹിത്യകാരന്മാരുടെ പ്രസ്ഥാനങ്ങൾ ഉണ്ടായി. ജീവൽസാഹിത്യപ്രസ്ഥാനവും പുരോഗമനസാഹിത്യപ്രസ്ഥാനവും. ചന്തുമേനോൻ നേരിട്ട പ്രശ്നം മാറിയരൂപത്തിൽ ഇവരും നേരിട്ടു. ഇന്ത്യൻ ബൂർഷ്വാസി സുസ്ഥിരമായ സാമ്പത്തിക അടിത്തറ കെട്ടിപ്പെടുത്തു. രാഷ്ട്രീയാധികാരം നേടിയെടുത്തു. ഇതിന്റെയെല്ലാം പിൻബലത്തോടെ വിപ്ലവശക്തികളെ വഴിതെറ്റിക്കാനും അടിച്ചമർത്താനും ശ്രമിച്ചു. തൊഴിലാളിവർഗ്ഗം സമരങ്ങളിലൂടെ ആത്മവീര്യം ആർജ്ജിക്കുന്നതേയുണ്ടായിരുന്നുള്ളൂ. ബൂർഷ്വാസിയുമായി താരതമ്യപ്പെടുത്തുമ്പോൾ അവർ ദുർബ്ബലരായിരുന്നു. എങ്കിലും നശിക്കുന്നതും ഉയർന്നുവരുന്നതുമായ വ്യത്യസ്തശക്തികളേതൊക്കെയാണെന്നു മനസ്സിലാക്കിയ പുതിയ പ്രസ്ഥാനക്കാർ, ഈ ബോധത്തോടെ സാഹിത്യസൃഷ്ടി നടത്തി. തൊഴിലാളിവർഗ്ഗപ്രസ്ഥാനത്തിന്റെ ദുർബ്ബലമായ അസ്തിവാരം അവരുടെ ശ്രമങ്ങളെ പരിമിതപ്പെടുത്തി.

സാഹസികമായിരുന്ന അവരുടെയും ശ്രമങ്ങൾ. നിർണ്ണായകസന്ദർഭങ്ങളിലൂടെ വളർന്ന് വിപ്ലവകാരികളാകുന്ന കഥാപാത്രങ്ങളെ സൃഷ്ടിക്കുന്നതിൽ അധികംപേരും പരാജയപ്പെട്ടു-തകഴിപോലും! സമരങ്ങളുടെ അഗ്നിപരീക്ഷണങ്ങളെ ഭൂതകാലമാക്കി എഴുതിത്തള്ളുവാൻ അദ്ദേഹംപോലും തിടുക്കം കാണിച്ചു. കഥാപാത്രങ്ങൾ ഒറ്റച്ചുവട്ടുവെപ്പിന് വിപ്ലവകാരികളായി വളർന്നു. ആദർശത്തിന്റെ പരിവേഷം അവരെ ആകാശത്തിലേക്കുയർത്തി. 18-ാം അദ്ധ്യായത്തെപ്പോലെ സാഹിത്യസൃഷ്ടികൾ വാചാലമായി. എഴുത്തുകാരന്റെ ആദർശങ്ങളും വാചാലപ്രസംഗങ്ങളും കഥയുടെ വൈകാരികമായ ഒഴുക്കിൽ നിന്ന് ഒറ്റപ്പെട്ടുനിന്നു.

അവരെ കുറ്റപ്പെടുത്താനല്ല ഇത് പറയുന്നത്. തൊഴിലാളിവർഗ്ഗം ഒരു സജീവശക്തിയായി വളരുകയും ത്യാഗോജ്ജ്വലമായ സമരങ്ങളിലൂടെ ബൂർഷ്വാസിയുമായി പോരാടുകയും ചെയ്യുമ്പോൾ, കലാകാരന്റെ പ്രശ്നംകൂടി പരിഹരിക്കപ്പെടുന്നു. ഈ മാറ്റങ്ങളെ ഹൃദയംകൊണ്ടുകൂടി ഉൾക്കൊള്ളാനും അനുഭവങ്ങളിലൂടെ വളരുന്ന വിപ്ലവകാരികളായ കഥാപാത്രങ്ങൾക്ക് ജന്മം നൽകാനും അയാൾക്ക് കഴിയുന്നു. ചെറുകാടിന്റെ കഥാപാത്രങ്ങൾ അങ്ങനെയുള്ളവരാണ്. നിർണ്ണായകഘട്ടങ്ങളിലൂടെ വളരുന്നവരാണവർ. അവരെ യഥാർത്ഥവിപ്ലവകാരികളായി വളർത്താൻ വേണ്ട യാഥാർത്ഥ്യബോധം ചെറുകാടിനുണ്ടായി. രണ്ടിടങ്ങഴിയിൽ നിന്ന് മുത്തശ്ശിയിലേക്കുള്ള വളർച്ച 1940-കളിൽനിന്ന് 50-കളിലേക്കുള്ള തൊഴിലാളിവർഗ്ഗപ്രസ്ഥാനത്തിന്റെ വളർച്ചകൂടിയാണ്. സ്വപ്നത്തിൽ നിന്ന് യാഥാർത്ഥ്യത്തിലേക്കുള്ള ദൂരം അതിനുണ്ട്.

3

ചന്തുമേനോൻ കണ്ടറിഞ്ഞതിനെക്കുറിച്ചു മാത്രം പറഞ്ഞാൽ മുഴുവനാവില്ല. കാണാത്തതിനെക്കുറിച്ചുകൂടി പറയണം. എന്തുകൊണ്ട് കണ്ടില്ല എന്ന് അന്വേഷിക്കുകയും വേണം.

മുമ്പു സൂചിപ്പിച്ചതുപോലെ വിദേശമുതലാളിത്തം ഇന്ത്യയിൽ ഏതാനും ഫ്യൂഡൽപ്രഭുക്കളെ മാത്രമല്ല നശിപ്പിച്ചത്. കൈത്തൊഴിലിനെ അടിസ്ഥാനമാക്കിയ ഇന്ത്യൻ സമ്പദ് വ്യവസ്ഥയെ ആകെ തകർത്തു. സ്വയം സമ്പൂർണ്ണങ്ങളായ ഗ്രാമസമുദായങ്ങളെ ശിഥിലമാക്കി. കൃഷിയും അതിനെ അടിസ്ഥാനമാക്കിയ നിർമ്മാണവ്യവസായങ്ങളും തമ്മിലുള്ള ഐക്യം അറ്റു. ഇന്ത്യൻ തുണിത്തരങ്ങളെ, വിദേശകമ്പോളത്തിൽനിന്ന് തുരത്തിയോടിച്ചു. ഇന്ത്യനൽപ്പന്നങ്ങൾ രാജ്യത്തിനകത്തുതന്നെ പ്രചരിപ്പിക്കുന്നതിനെ ശക്തിയുപയോഗിച്ചു തടഞ്ഞു. ബ്രിട്ടീഷ് ഉൽപ്പന്നങ്ങൾ സുഗമമായി ഇറക്കുമതിചെയ്തു. അവ വിറ്റഴിക്കാനുള്ള

കമ്പോളസ്ഥലമായി, ഇന്ത്യ. “അവസാനം പരുത്തിയുടെ ജന്മഭൂമിയിൽ പരുത്തിതന്നെ കൊണ്ടുവന്നു നിറച്ചു. ” (അനുബന്ധം മൂന്ന്, നാല്)

നൂൽനൂൽപ്പകാരും നെയ്ത്തുകാരും തൊഴിൽ നഷ്ടപ്പെട്ടു നരകിച്ചു. ഇന്ത്യൻ കപ്പൽനിർമ്മാണം, ലോഹപ്രവൃത്തി, കണ്ണാടിയും കടലാസ്സുമുണ്ടാക്കൽ-ഈ രംഗങ്ങളിലെ തൊഴിലാളികളെയാകെ നശിപ്പിച്ചുകൊണ്ട് 19-ാം നൂറ്റാണ്ട് മുന്നേറി. 1834-ൽ ഗവർണ്ണർ ജനറൽ ബെന്റിക് പ്രഭു തന്നെ ഇങ്ങനെ റിപ്പോർട്ട് ചെയ്തുവത്രെ. “വ്യാപാരത്തിന്റെ ചരിത്രത്തിൽ ഇത്തരമൊരു കഷ്ടപ്പാട് കാണാനില്ല. പരുത്തിനെയ്ത്തുകാരുടെ എല്ലുകൾ ഇന്ത്യൻ സമതലങ്ങളെ വെള്ളയടിക്കുകയാണ്. ”

മുതലാളിത്തത്തിന്റെ അരങ്ങേറ്റത്തിൽ ലോകത്തിലെവിടെയും ഈ ക്രൂരതകൾ ആവർത്തിക്കപ്പെട്ടിട്ടുണ്ട്. ആദിമസഞ്ചയത്തെക്കുറിച്ച് മാർക്സ് എഴുതി:

“മുതലാളിത്തവ്യവസ്ഥയ്ക്ക് വഴിയൊരുക്കുന്ന ഈ പ്രക്രിയ തന്മൂലം ഉൽപാദനോപാധികളുടെ ഉടമാവകാശത്തെ തൊഴിലാളിയുടെ കൈയിൽനിന്ന് തട്ടിയെടുക്കുന്ന പ്രക്രിയയല്ലാതെ മറ്റൊന്നുമല്ല... ഇതിന്റെ ചരിത്രം, അവരുടെ തട്ടിപ്പറിയുടെ ചരിത്രം മനുഷ്യരാശിയുടെ ചരിത്രത്തിൽ രക്തത്തിന്റെയും അഗ്നിയുടെയും അക്ഷരങ്ങളിലാണ് എഴുതിയിരിക്കുന്നത്. ”[5]

പക്ഷേ, അതിനെത്തുടർന്നുവന്ന വ്യവസായവിപ്ലവം യൂറോപ്പിലെ തൊഴിലില്ലാപ്പടയെ രക്ഷിച്ചു. തൊഴിലില്ലായ്മയുടെ കാലദൈർഘ്യം അത് കുറച്ചു. ഇന്ത്യയിലാകട്ടെ ആധുനിക വ്യവസായങ്ങൾ പെട്ടെന്ന് വളർന്നു വരികയോ, കൃഷി വികസിക്കുകയോ ചെയ്തില്ല.

ഈ ഇരുണ്ട ലോകമാണ് ചന്തുമേനോൻ കാണാത്തത്. മദിരാശിയിൽ ഗിൽഹാം സായ്പിന്റെ വാത്സല്യം; ബോംബെയിൽ ‘സമുദ്രസഞ്ചാരത്തിന് പുറപ്പെട്ടുനിന്ന അതിമഹാന്മാരായ ജനങ്ങളും പരിവാരങ്ങളും’ നിറഞ്ഞ തുറമുഖത്തിന്റെ മഹിമ, ബാബുകേസബചന്ദ്രസേനന്റെ അത്യുന്നതമായ വെണ്മാടം (പതിനെട്ടാമധ്യായം പിറന്നുവീണത് അതിനുമുകളിൽ നിന്നാണ്); കൽക്കത്തയിൽ പതിനഞ്ചുകോടിക്കുമേൽ ദ്രവ്യമുള്ള ബാബുഗോവിന്ദസെൻ, ചിത്രപ്രസാദ് സെൻ, ഗോപിനാഥ് ബാനർജി എന്നിവരുടെ ആതിഥ്യം-ഇതെല്ലാം അദ്ദേഹം കണ്ടെത്തി. എന്നാൽ ബ്രിട്ടീഷിന്ത്യയെയാകെ കരണ്ടുതിന്നുകൊണ്ടിരുന്ന അതിഭയങ്കരമായ ക്ഷാമത്തെ കണ്ടില്ല. അതിൽപ്പെട്ട് മരിച്ചവരും മരിച്ചുകൊണ്ടിരുന്നവരുമായ അനേകലക്ഷങ്ങളെ കണ്ടില്ല-ഒരു ജനതയുടെ ആകെ നാശത്തെ കാണാനും, അവരുടെ കരച്ചിൽ കേൾക്കാനും കഴിയാതെപോയതെന്തുകൊണ്ട്?

ഈ തകർച്ചയ്ക്കും നാശത്തിനുമിടയിൽ 'മരിച്ചവരിൽ നിന്നുപോലും അവസാന ചെമ്പുതുട്ട് പിഴിഞ്ഞെടുക്കുന്ന' വിദേശമുതലാളിത്തത്തിന്റെ പ്രതിനിധിയാണ് ഗിൽഹാം സായ്പ്. ആ ലാഭത്തിന്റെ ഒരോഹരി പറ്റി വളർന്ന വ്യാപാര-പണമിടപാട് മൂലധനത്തിന്റെ പ്രതിനിധികളാണ് ഗോവിന്ദ്സെൻ, ചിത്രപ്രസാദ്സെൻ, ഗോപിനാഥ്ബാനർജി എന്നിവർ.

"ഓഗിയാർ പറഞ്ഞതുപോലെ പണം ഒരു കവിളത്ത് ജന്മനാലുള്ള ഒരു ചോരപ്പാടോടുകൂടിയാണ് ലോകത്തു കടന്നുവന്നത് എങ്കിൽ മൂലധനം കടന്നുവന്നത് ആപാദശീർഷം രോമകൂപങ്ങളിൽ നിന്ന് ചെളിയും ചോരയും ഇറ്റിച്ചുകൊണ്ടാണ്. "[6]

ബൂർഷ്വാവർഗ്ഗവീക്ഷണം ഉൾക്കൊണ്ട എഴുത്തുകാരനാണ് ചന്തുമേനോൻ. വ്യക്തികളേയും ജനസമൂഹങ്ങളേയും രക്തത്തിലൂടെയും അഴുക്കിലൂടെയും വലിച്ചിഴച്ചുള്ള പുരോഗതിയെ ബൂർഷ്വാസി ന്യായീകരിക്കുന്നു. ഈ ചോരയും ചെളിയും വളമാക്കി വളരുന്ന വ്യവസ്ഥയുടെ മൂല്യങ്ങളെയാണ് ചന്തുമേനോൻ ഉയർത്തിപ്പിടിക്കുന്നത്. പിന്നോട്ടും ഇരുഭാഗത്തേക്കും നോക്കാൻ അദ്ദേഹത്തിനു കഴിയില്ല. ഉരുളുന്ന ചക്രത്തിന്നിടയിലെ ഞരക്കങ്ങൾ കേൾക്കാൻ കഴിയില്ല-മുന്നോട്ട്, മുന്നോട്ടു മാത്രം.

ആദിമസഞ്ചയഘട്ടങ്ങളിൽ ദുർബ്ബലമായ മുതലാളിത്തം ഗവൺമെന്റിന്റെ സുസംഘടിതശക്തിയെ ആശ്രയിക്കാൻ നിർബ്ബന്ധിതമാവുന്നു. 1885-ൽ ഇന്ത്യൻ നാഷണൽ കോൺഗ്രസ്സ് രൂപംപൂണ്ടു-ഇന്ത്യൻ ബൂർഷ്വാസിയുടെ രാഷ്ട്രീയസംഘടന. വ്യവസായവളർച്ചയ്ക്കും സാമൂഹ്യപരിഷ്കാരങ്ങൾക്കുംവേണ്ടി ബ്രിട്ടീഷ് ഗവൺമെന്റിന് തുടരെത്തുടരെ നിവേദനങ്ങൾ അയച്ചു. ഇംഗ്ലീഷുകാരെക്കുറിച്ച് മാധവൻ പറയുന്നു:

"ഇംഗ്ലീഷ് ഗവൺമെന്റ് തുടങ്ങിയ മുതൽക്ക് ഇന്ത്യക്കാർക്ക് വാചാമഗോചരമായ ഗുണങ്ങളാണ് ഉണ്ടായിട്ടുള്ളത്. എന്നാൽ ആ ഗുണങ്ങളെ ഇനിയും വർദ്ധിപ്പിക്കാനുള്ള ശ്രമങ്ങൾ ചെയ്യുവാൻ കൂടിന സഭയാണ് കോൺഗ്രസ്സ് എന്നു പറയുന്ന സഭ. ഇംഗ്ലീഷുകാരോളം ബുദ്ധിസാമർത്ഥ്യം ഉണ്ടായിട്ട് മറ്റൊരു ജാതിക്കാരെ കാണാൻ കഴിയുമോ എന്നു സംശയം. " (പു. 266-267)

ഈ ആശ്രിതമനോഭാവം ഇന്ദുലേഖയിൽ കലാപരമായ പ്രകടിതരൂപം കൈക്കൊള്ളുന്നു. എലിസബത്തീയൻ കാലഘട്ടത്തിലെ ഇംഗ്ലീഷ് കവിത, നവോത്ഥാനത്തിന്റെ പ്രതീകമായി രാജകുമാരനെ ഉയർത്തിപ്പിടിച്ചതിന് തുല്യമാണിത്.

(1977 ഡിസംബർ)

●

കുറിപ്പുകൾ:

1. On Colonialism, Marx, Engels, Progress Publishers, Moscow, 1974. Page-85
2. ഇന്ദുലേഖ, ഡി. സി ബുക്സ്, കോട്ടയം. മെയ് 2014. പേജ് 78.
3. ഇന്ത്യൻ സ്വാതന്ത്ര്യസമര ചരിത്രം ഒന്നാം ഭാഗം, ചിന്ത പബ്ലിഷേഴ്സ്, തിരുവനന്തപുരം. 1976. പുറം 92.
4. On Colonialism Page-85
5. Capital (Vol I) Karl Marx, Progress Publishers, Moscow, 1974. Page-669
6. Capital (Vol II) Page- 711-712

ഉപസംഹാരം

ഇന്ദുലേഖ: വർത്തമാന പാഠങ്ങൾ പരിമിതികളും സാധ്യതകളും

"വ്യത്യസ്തകാലങ്ങളിൽ വ്യത്യസ്ത സാഹചര്യങ്ങളിൽ ഉണ്ടായ ഇതിലെ ലേഖനങ്ങൾ അതാത് കാലങ്ങളോടും സാഹചര്യങ്ങളോടുമാണ് നീതി പുലർത്തുന്നത്". വർത്തമാന പാഠങ്ങൾ 'മുഖവുര'യായി പറഞ്ഞുവെച്ച വാക്കുകൾക്ക് അനുബന്ധമായി പറയുന്നത് ഇതാണ്: വ്യത്യസ്ത കാലങ്ങളോടും വ്യത്യസ്ത സാഹചര്യങ്ങളോടും നീതി പുലർത്തുമ്പോഴും സ്വന്തം ഉത്തരവാദിത്തമായി 'വർത്തമാന പാഠങ്ങൾ' കണക്കാക്കിയത്: സവിശേഷ സാഹചര്യങ്ങളുടെ 'ആവശ്യങ്ങൾ' നിറവേറ്റുക എന്ന ലക്ഷ്യത്തോടെയാണ് ഇന്ദുലേഖ രചിച്ചത്. അതിനാൽ ആ കാലഘട്ടത്തിന്റേയും അന്നത്തെ സാഹചര്യങ്ങളുടേയും സവിശേഷതകൾ പരിഗണിക്കാതെയുള്ള എല്ലാ വിലയിരുത്തലുകളും വന്ധ്യമായിത്തീരും.

സാമ്പത്തികം, സാമൂഹികം, സാംസ്കാരികം, രാഷ്ട്രീയം തുടങ്ങിയ മേഖലകളിലേയ്ക്ക് പടരുന്ന ജീവിത സംഘർഷങ്ങളുടേയും സന്ധികളുടേയും ആഖ്യാനമാണ് ഇന്ദുലേഖ. പ്രസ്തുത മേഖലകളെയെല്ലാം ഉൾക്കൊള്ളുന്ന പതിനെട്ടും പത്തൊമ്പതും നൂറ്റാണ്ടുകളുടെ 'ബൃഹദാഖ്യാന' പാരമ്പര്യത്തിന്റെ സ്വഭാവം ഇന്ദുലേഖാ നോവലിനുണ്ട്. അതിനാൽ 'വർത്തമാന പാഠങ്ങൾക്ക്' ഈ പ്രത്യേക മേഖലകളിൽ ആഖ്യാനം നേരിടുന്ന പ്രശ്നങ്ങളെ സൂക്ഷ്മമായി പിന്തുടരേണ്ടതുണ്ട്.

നാടുവാഴിത്ത കോയ്മക്കെതിരെ അതേവർഗ്ഗത്തിൽനിന്നുതന്നെ ഉയർന്നുവന്ന 'ഉദാരമാനവികത'യുടേയും സ്വാതന്ത്ര്യത്തിന്റേയും ആശയഗതികളുടെ ആദ്യമാതൃകയായാണ് ഇന്ദുലേഖ പിറവിയെടുക്കുന്നത്.

അതേസമയം ബ്രിട്ടീഷ് സാമ്രാജ്യത്വത്തിന്റെ അധികാരഘടനയോടുള്ള ആശ്രിതത്വമനോഭാവത്തിന്റെയും വിധേയത്വ ചിന്താഗതികളുടേയും 'നിഷ്കളങ്ക'മായ ആവിഷ്കാരവുമാണത്. വ്യത്യസ്ത നിലപാടുകൾ തമ്മിലുള്ള വൈരുദ്ധ്യങ്ങളേയും സംഘർഷങ്ങളെയുമാണ് ഇന്ദുലേഖയുടെ ആഖ്യാനം ഏറ്റുവാങ്ങുന്നത്. പത്തൊമ്പതാം നൂറ്റാണ്ടിന്റെ അവസാന ദശാബ്ദങ്ങളിൽ കേരളീയ മധ്യവർഗ്ഗം അതിന്റെ രൂപികരണ സന്ദർഭത്തിൽ നേരിട്ട വൈരുദ്ധ്യങ്ങളും സംഘർഷങ്ങളും തന്നെയാണവ എന്നത് ചരിത്രത്തിന്റെ വിരോധാഭാസമാണ്. ഇതേ വൈരുദ്ധ്യങ്ങളും സംഘർഷങ്ങളും തന്നെയാണ് ഇന്ദുലേഖയുടെ ആഖ്യാനത്തെ ഇത്രയും കാലം ജീവിപ്പിച്ച നിലനിർത്തിയത് എന്നുകൂടി ഇന്ന് തിരിച്ചറിയേണ്ടതാണ്. മാറിമാറിവരുന്ന തലമുറകൾ നെഞ്ചേറ്റി ലാളിക്കുന്നത് കേരളീയ മധ്യവർഗ്ഗത്തിന്റെ മാറാൻ കൂട്ടാക്കാത്ത ഈ 'ആദർശമാതൃക'യെത്തന്നെയാണ്. സ്വന്തം 'ആത്മകഥ'യാണ് അവർക്ക് ഏറ്റവും പഥ്യമായത്.

ഈ സവിശേഷതകൾ ഒന്നും കണക്കിലെടുക്കാതെയുള്ള പണ്ഡിത നിരൂപണങ്ങളെയെല്ലാം അവഗണിച്ചാണ് ഇന്ദുലേഖയുടെ വായന കഴിഞ്ഞ നൂറ്റിയിരുപത്തഞ്ച് വർഷവും മുന്നോട്ടുപോയത് എന്നത് സാമൂഹ്യ മനശാസ്ത്രം പഠിക്കേണ്ട വിഷയമാണ്.

ഭൂതകാലങ്ങളിൽ നേരിട്ടവയിൽനിന്ന് ഗുണപരമായി തികച്ചും വ്യത്യസ്തമായ മറ്റു ചില വിപത്തുകളെയാണ് ഇന്ദുലേഖയുടെ വായനയ്ക്ക് ഇന്നു നേരിടുവാനുള്ളത്. മുമ്പ് നിരീക്ഷിച്ചതുപോലെ സാമ്രാജ്യത്വ ആഗോളീകരണത്തിന്റെ അധിനിവേശത്തിൽനിന്ന് നേരിടുന്ന വിപത്തുകളാണവ. ബ്രിട്ടീഷ് സാമ്രാജ്യത്വത്തോടുള്ള ആശ്രിതമനോഭാവത്തിന്റെ താരതമ്യേന 'നിഷ്കളങ്ക'മായ അവസ്ഥയിൽനിന്ന് മൂലധന അധിനിവേശം ജനവർഗ്ഗങ്ങളുടെ നിലനിൽപ്പുതന്നെ ഇല്ലാതാക്കുന്ന സമ്പൂർണ്ണ നാശത്തിന്റെ അവസ്ഥയിലേക്കുള്ള 'വളർച്ച' ഇന്ദുലേഖയുടെ വായനയിലും ഗുണപരമായ വ്യത്യാസങ്ങൾ ഉണ്ടാക്കുന്നുണ്ട്. തികച്ചും 'വിപ്ലവകരമായി' വായിക്കപ്പെടുകയും പ്രകീർത്തിക്കപ്പെടുകയും ചെയ്ത വായനക്കാരുടെ പിൻതലമുറ തികച്ചും പ്രതിലോമകരമായ വായനകൾക്ക് ഇന്ദുലേഖയെ വിധേയമാക്കുകയാണ്. ആഗോളീകരണത്തിന്റെ കാലഘട്ടത്തിൽ ഉപരി-മധ്യവർഗ്ഗ സംസ്കാരത്തിന്റെ 'വളർച്ച' എങ്ങിനെയുള്ളതാണെന്നും അതിന്റെ ദിശ എങ്ങോട്ടാണെന്നുമുള്ളതിന്റെ സൂചനകൾ ഇത്തരം പ്രതിലോമ വായനകൾ നൽകുന്നുണ്ട്.

ഇന്ദുലേഖയുടെ 'വർത്തമാന പാഠങ്ങൾ' അതിനാൽ ഒട്ടനവധി പരിമിതികളെയും സാധ്യതകളെയും ഒരേസമയം നേരിടുന്നുണ്ട്.

ഇന്ദുലേഖയിൽ ഒഴിവാക്കുകയും വികലീകരിക്കുകയും ചെയ്ത പ്രശ്നങ്ങളേയും അവസ്ഥകളേയുമാണ് കുറേക്കൂടി തീവ്രരൂപത്തിൽ ഇന്ന് നമുക്ക് നേരിടേണ്ടി വന്നിരിക്കുന്നത്. ഇന്ദുലേഖയുടെ അപൂർണ്ണമായ ആഖ്യാനത്തോട് കൂട്ടിച്ചേർത്ത് വായിക്കാൻ അക്കാലത്തുണ്ടായ മറ്റ് രണ്ട് ആഖ്യാന മാതൃകകളെ 'വർത്തമാന പാഠങ്ങൾ' അനുബന്ധമായി ചേർത്തിരിക്കുന്നു. (അനുബന്ധം മൂന്ന്, നാല്) ദാദാഭായ് നവ്റോജിയുടേയും രമേഷ് ദത്തിന്റെയും രചനകൾ ഏതു വിഭാഗത്തിലും രീതിയിലുമുള്ള ആഖ്യാനങ്ങളാണെന്നത് അപ്രസക്തമാണ്. ഉള്ളടക്കത്തെ, അതിന്റെ 'രാഷ്ട്രീയ'ത്തെയാണ് പരിഗണിക്കുന്നത്. ഇന്ദുലേഖയുടെ ആഖ്യാനവും മുൻനിർത്തിയത് 'രാഷ്ട്രീയത്തെ' തന്നെയാണ്.

യഥാർഥത്തിൽ അത്തരത്തിലുള്ള 'സമകാലിക' ആഖ്യാനങ്ങൾ കൊണ്ടാണ് ഇന്ദുലേഖയുടെ 'അപൂർണ്ണമായ' ആഖ്യാനം ഇന്ന് 'പൂർണ്ണ'മാകുന്നത്. നോവലിന്റെ ഒരദ്ധ്യായത്തെ-അവയവത്തെ-മുറിച്ചു നീക്കിയാണ് 'ഭൂതകാലപാഠങ്ങൾ' ഇന്ദുലേഖയോട് നീതി കാണിച്ചത്. സമകാലികമായ മറ്റ് ആഖ്യാനങ്ങളോട് കൂട്ടിച്ചേർത്ത് വായിച്ചാണ് നാം ഇന്ന് നീതി കാണിക്കുന്നത്. നമ്മുടെ കാലഘട്ടം നോവൽ വായനയിൽ നിന്ന് ആവശ്യപ്പെടുന്ന പുതിയ നീതിബോധം അതാണ്. അതിന്റെ വെളിച്ചമാണ് 'വർത്തമാന പാഠ'ങ്ങളെ മുന്നോട്ട് നയിക്കുന്നത്.

(2015 ആഗസ്റ്റ്)

●

അനുബന്ധം

അനുബന്ധം ഒന്ന്

ഇന്ദുലേഖ
ഒന്നാം അദ്ധ്യായം*

പ്രാരംഭം

ചാത്തരമേനോൻ: എന്താണ മാധവാ ഇങ്ങിനെ സാഹസമായി വാക്കു പറഞ്ഞത്? ഛീ, ഒട്ടും നന്നായില്ലാ. അദ്ദേഹത്തിന്റെ മനസ്സുപോലെ ചെയ്യട്ടെ. കാരണവന്മാർക്കു നോം കീഴടങ്ങണ്ടേ? നിന്റെ വാക്കു കുറേ കവിഞ്ഞുപോയി.

മാധവൻ : അശേഷം കവിഞ്ഞിട്ടില്ലാ. സിദ്ധാന്തം ആരും കാണിക്കരുത്. അദ്ദേഹത്തിനു മനസ്സില്ലെങ്കിൽ ചെയ്യേണ്ട. ശിന്നനെ ഞാൻ ഒന്നിച്ചു കൊണ്ടുപോവുന്നു. അവനെ ഞാൻ പഠിപ്പിക്കും.

കുമ്മിണി അമ്മ : വേണ്ട കുട്ടാ, അവൻ എന്നെ പിരിഞ്ഞു പാർക്കാൻ ആയില്ലാ. നീ ചാത്തരെയോ ഗോപാലനെയോ കൊണ്ടുപോയി പഠിപ്പിച്ചോ. ഏതായാലും നിന്നോടു കാരണവർക്കു മുഷിഞ്ഞു. ഞങ്ങളോടു മുമ്പുതന്നെ മുഷിഞ്ഞിട്ടാണെങ്കിലും നിന്നെ ഇതുവരെ അദ്ദേഹത്തിനു വളരെ താൽപര്യമായിരുന്നു.

മാധവൻ : ശരി. ചാത്തരജ്യേഷ്ടനെയും ഗോപാലനെയും എനി ഇംഗ്ലീഷ് പഠിപ്പിക്കാൻ കൊണ്ടുപോയാൽ വിചിത്രം തന്നെ.

ഇങ്ങിനെ ഇവർ സംസാരിച്ചുകൊണ്ടു നില്ക്കുന്ന മദ്ധ്യേ ഒരു ഭൃത്യൻ വന്നു മാധവനെ അമ്മാമൻ ശങ്കരമേനോൻ വിളിക്കുന്നു എന്നു പറഞ്ഞു. ഉടനെ മാധവൻ അമ്മാമന്റെ മുറിയിലേക്കു പോയി.

ഈ കഥ എനിയും പരക്കുന്നതിനു മുമ്പ് മാധവന്റെ അവസ്ഥയെക്കുറിച്ച് സ്വല്പമായി ഇവിടെ പ്രസ്താവിക്കേണ്ടി വന്നിരിക്കുന്നു.

മാധവന്റെ വയസ്സ്, പഞ്ചുമേനവനുമായുള്ള സംബന്ധവിവരം, പാസ്സായ പരീക്ഷകളുടെ വിവരം ഇതുകളെപ്പറ്റി പീഠികയിൽ പറഞ്ഞിട്ടുണ്ടല്ലോ. എനി ഇയാളെക്കുറിച്ചു പറവാനുള്ളത് ചുരുക്കത്തിൽ പറയാം.

മാധവൻ അതിബുദ്ധിമാനും അതികോമളനും ആയ ഒരു യുവാവാകുന്നു. ഇയാളുടെ ബുദ്ധിസാമർത്ഥ്യത്തിന്റെ വിശേഷതയെ ഇംക്ലീഷു പഠിപ്പുതുടങ്ങിയമുതൽ ബി. എൽ പാസ്സാവുന്നതുവരെ സ്കൂളിൽ ഇയാൾക്കു ശ്ലാഘനീയമായി ക്രമോൽകർഷമായി വന്നു ചേർന്ന കീർത്തി തന്നെ സ്പഷ്ടമായും പൂർത്തിയായും വെളിവാക്കിയിരുന്നു. ഒരു പരീക്ഷയെങ്കിലും മാധവൻ ഒന്നാമതു പോയ പ്രാവശ്യം ജയിക്കാതിരുന്നിട്ടില്ല. എഫ്. എ. , ബി. എൽ. , ഇതുകൾ രണ്ടും ഒന്നാംക്ലാസ്സായിട്ടു ജയിച്ചു. ബി. എ. പരീക്ഷയ്ക്ക് അന്യഭാഷ സംസ്കൃതമായിരുന്നു. സംസ്കൃതത്തിൽ മാധവന് ഒന്നാന്തരം വില്പത്തി ഉണ്ടായി. ബി. എൽ. , ഒന്നാം ക്ലാസ്സിൽ ഒന്നാമനായി ജയിച്ചു. ഇതു കൂടാതെ സ്കൂൾവകയായ പലവക പരീക്ഷകളും പലപ്പോഴും ജയിച്ചതിനാൽ മാധവനു പലേ സമ്മാനങ്ങളും വിദ്യാഭിവൃദ്ധിക്കു നിയമപ്പെടുത്തീട്ടുള്ള പലേവക മാസപടികളും കിട്ടീട്ടുണ്ടായിരുന്നു. സ്കൂളിൽ മാധവനെ പഠിപ്പിച്ച എല്ലാ ഗുരുനാഥന്മാർക്കും മാധവനെക്കാൾ സാമർത്ഥ്യവും യോഗ്യതയും ഉണ്ടായിട്ട് അവരുടെ ശിഷ്യന്മാരിൽ ഒരുവനും ഒരിക്കലും ഉണ്ടായിട്ടില്ലെന്നുള്ള ബോദ്ധ്യമാണ് ഉണ്ടായിരുന്നത്.

ഈ വിശേഷവിധിയായ ബുദ്ധിക്കു പാർപ്പിടമായിരിപ്പാൻ തദനുരൂപമായി സൃഷ്ടിച്ചതോ മാധവന്റെ ദേഹം എന്ന് അയാളെ കണ്ടുപരിചയമായ ഏവനും തോന്നും. ഒരു പുരുഷന്റെ ഗുണദോഷങ്ങളെ വിവരിക്കുന്നതിൽ അവന്റെ ശരീരസൗന്ദര്യവർണ്ണന വിശേഷവിധിയായി ചെയ്യുന്നതു സാധാരണ അനാവശ്യമാകുന്നു. ബുദ്ധി, സാമർത്ഥ്യം, പഠിപ്പ്, പൗരുഷം, വിനയാദിഗുണങ്ങൾ ഇതുകളെപ്പറ്റി പറഞ്ഞാൽ മതിയാവുന്നതാണ്. എന്നാലും മാധവന്റെ ദേഹകാന്തിയെപ്പറ്റി രണ്ടക്ഷരം ഇവിടെ പറയാതെ ഇരിക്കുന്നത് ഈ കഥയുടെ അവസ്ഥയ്ക്ക് മതിയായില്ലെന്ന് ഒരുസമയം എന്റെ വായനക്കാർ അഭിപ്രായപ്പെട്ടുമോ എന്നു ഞാൻ ശങ്കിക്കുന്നതിനാൽ ചുരുക്കി പറയുന്നു.

ദേഹം തങ്കവർണ്ണം, ദിനംപ്രതി ശരീരത്തിന്റെ ഗുണത്തിനുവേണ്ടി ആചരിച്ചുവന്ന വ്യായാമങ്ങളാൽ ഈ യൗവനകാലത്ത് മാധവന്റെ ദേഹം അതിമനോഹരമായിരുന്നു. വേണ്ടതിലധികം അശേഷം തടിക്കാതെയും അശേഷം മെലിവു തോന്നാതെയും കാണപ്പെടുന്ന മാധവന്റെ കൈകൾ, മാറിടം, കാലുകൾ ഇതുകൾ കാഴ്ചയിൽ സ്വർണ്ണംകൊണ്ടു

വാർത്തുവെച്ചതോ എന്നു തോന്നാം. ആൾദീർഘം ധാരാളം ഉണ്ട്. മാധവന്റെ ദേഹം അളന്നു നോക്കേണമെങ്കിൽ പ്രയാസമില്ലാതെ കാലുകളുടെ മുട്ടിന്നുസമം നീളമുള്ളതും അതിഭംഗിയുള്ളതും ആയ മാധവന്റെ കുടുമകൊണ്ടു മുട്ടോളം കൃത്യമായി അളക്കാം. മാധവന്റെ മുഖത്തിന്റെ കാന്തിയും പൗരുഷശ്രീയും ഓരോ അവയവങ്ങൾക്കു പ്രത്യേകം പ്രത്യേകം ഉള്ള ഒരു സൗന്ദര്യവും അന്യോന്യമുള്ള യോജ്യതയും ആകപ്പാടെ മാധവന്റെ മുഖവും ദേഹസ്വഭാവവും കൂടി കാണുമ്പോൾ ഉള്ള ഒരു ശോഭയും അത്ഭുതപ്പെടത്തക്കതെന്നേ പറവാനുള്ളൂ. മാധവനെ പരിചയമുള്ള സകല യൂറോപ്യന്മാരും വെറും കാഴ്ചയിൽത്തന്നെ മാധവനെ അതികൗതുകം തോന്നി മാധവന്റെ ഇഷ്ടന്മാരായിത്തീർന്നു.

ഇങ്ങിനെ ഈ യൗവനാരംഭത്തിൽ തന്റെ ശരീരവും കീർത്തിയും അതിമനോഹരമാണെന്നു സർവ്വജനങ്ങൾക്കും അഭിപ്രായം ഉള്ളതു തനിക്കു വലിയ ഒരു ഭൂഷണമാണ്-അത് ഒരിക്കലും ഇല്ലായ്മ ചെയ്യരുതെന്നുള്ള വിചാരംകൊണ്ടോ, അതല്ല സ്വാഭാവികമായ ബുദ്ധിഗുണം കൊണ്ടോ എന്നറിഞ്ഞില്ല, മാധവൻ സാധാരണ യുവാക്കളിൽ ഒരു പതിനെട്ടുവയസ്സു മുതൽ ക്രമമായി കല്യാണം ചെയ്തു ഗൃഹസ്ഥാശ്രമികളാവുന്നതിന്നിടയിൽ നിർഭാഗ്യവശാൽ ചിലപ്പോൾ കാണപ്പെടുന്ന ദുർവ്യാപാരങ്ങളിൽ ഒന്നും അശേഷം പ്രവേശിച്ചിട്ടില്ലെന്ന് എനിക്ക് ഉറപ്പായി പറയാം. അതുകൊണ്ട് സ്വഭാവേനയുള്ള ദേഹകാന്തിയും മിടുക്കും പൗരുഷവും മാധവനു പൂർണ്ണയൗവനമായപ്പോൾ കാണേണ്ടതു തന്നെയായിരുന്നു.

മാധവന് ഇംക്ലീഷിൽ അതിനൈപുണ്യമുണ്ടായിരുന്നുവെന്ന് ഞാൻ എനി പറയേണ്ടതില്ലല്ലോ. ലൊൻ ടെനിസ്സ്, ക്രിക്കെറ്റ് മുതലായ ഇംക്ലീഷ് മാതിരി വ്യായാമവിനോദങ്ങളിലും മാധവൻ അതിനിപുണനായിരുന്നു. നായാട്ടിൽ ചെറുപ്പം മുതല്ക്കേ പരിശ്രമിച്ചിരുന്നു. പക്ഷേ, ഇതു തന്റെ അച്ഛൻ ഗോവിന്ദപ്പണിക്കരിൽ നിന്നു കിട്ടിയ ഒരു വാസനയായിരിക്കാം- അദ്ദേഹം വലിയ നായാട്ടുഭ്രാന്തനായിരുന്നു. നായാട്ടിൽ ഉള്ള സക്തി മാധവനു വളരെ കലശലായിരുന്നു. രണ്ടു മൂന്നു വിധം വിശേഷമായ തോക്കുകൾ, രണ്ടു മൂന്നു പിസ്റ്റോൾ, റിവോൾവർ ഇതുകൾ താൻ പോവുന്നേടത്ത് എല്ലാം കൊണ്ടുനടക്കാറാണ്. തന്റെ വിനോദസുഖങ്ങൾ ഒടുവിൽ വേറെ ഒരു വഴിയിൽ തിരിഞ്ഞതുവരെ ശിക്കാറിൽ തന്നെയാണ് അധികവും മാധവൻ വിനോദിച്ചിരുന്നത്.

ഭൃത്യൻ വന്നു വിളിച്ചതിനാൽ മാധവൻ തന്റെ അമ്മാമന്റെ അടുക്കെ ചെന്നുനിന്നു.

ശങ്കരമേനോൻ : മാധവാ, ഇത് എന്തു കഥയാണ്! വയസ്സുകാലത്തു കാരണവരോട് എന്തെല്ലാം അധിക്ഷേപമായ വാക്കുകളാണ് നീ പറഞ്ഞത്? അദ്ദേഹം നിന്നെ ഇംക്ലീഷ് പഠിപ്പിച്ചതിന്റെ ഫലമോ ഇത്? എത്ര ദ്രവ്യം നിണക്കു വേണ്ടി അദ്ദേഹം ചിലവുചെയ്തു?

മാധവൻ : അമ്മാമനും ഇങ്ങിനെ അഭിപ്രായപ്പെടുന്നതു ഞങ്ങളുടെ നിർഭാഗ്യം! കാര്യം പറയുമ്പോൾ ഞാൻ അന്യായമായി ആരെയും ഭയപ്പെട്ടു പറയാതിരിക്കില്ലാ. എനിക്ക് ഈ വക ദുഷ്ടതകൾ കണ്ടുകൂടാ. വലിയമ്മാമൻ ദേഹാദ്ധ്വാനം ചെയ്തു സമ്പാദിച്ചതായ ഒരു കാശുപോലും ചിലവിടാൻ ഞാൻ ആവശ്യപ്പെട്ടിട്ടില്ലാ. പൂർവ്വന്മാർ സമ്പാദിച്ചതും നമ്മളുടെ അഭ്യുദയത്തിന്നും ഗുണത്തിന്നും വേണ്ടി അദ്ദേഹം കൈവശം വെച്ചിരിക്കുന്നതുമായ പണം നമ്മളുടെ ന്യായമായ ആവശ്യങ്ങൾക്കു വേണ്ടി ചിലവിടാനേ ഞാൻ പറഞ്ഞുള്ളൂ. കുമ്മിണിയമ്മയും അവരുടെ സന്താനങ്ങളും ഇവിടുത്തെ ഭൃത്യന്മാരല്ലാ. അവരെ എന്താണ വലിയമ്മാമൻ ഇത്ര നിർദ്ദയമായി തള്ളിക്കളഞ്ഞിരിക്കുന്നത്? അവരുടെ രണ്ടു മക്കളെ ഇംക്ലീഷ് പഠിപ്പിച്ചില്ലാ - കല്യാണിക്കുട്ടിയേയും വേണ്ടുംപോലെ ഒന്നും പഠിപ്പിച്ചില്ലാ. എന്തു കഷ്ടമാണ് ഇദ്ദേഹം ചെയ്യുന്നത്! ഇങ്ങിനെ ദുഷ്ടത കാട്ടാമോ? എനി ആ ചെറിയ ശിന്നനെയും മൂരിക്കുട്ടിനെപ്പോലെ വളർത്താനാണത്രേ ഭാവം. ഇതിനു ഞാൻ സമ്മതിക്കയില്ലാ- ഞാൻ അവനെ കൊണ്ടുപോയി പഠിപ്പിക്കും.

ശങ്കരമേനോൻ :ശിക്ഷ-ശിക്ഷ! വിശേഷം തന്നെ! നീ എന്തുകൊണ്ടാണ പഠിപ്പിക്കുന്നത്? മാസത്തിൽ അമ്പത് ഉറുപ്പികയല്ലേ നിണക്കു തരുന്നുള്ളൂ? നീ എന്തുകൊണ്ടു പഠിപ്പിക്കും? അമ്മാമന്റെ മുഷിച്ചൽ ഉണ്ടായാൽ പലേ ദുർഘടങ്ങളും ഉണ്ടായിവരാം. ക്ഷണം പോയി കാൽക്ക വീഴ്.

"അമ്മാമന്റെ മുഷിച്ചൽ ഉണ്ടായാൽ പലേ ദുർഘടങ്ങളും ഉണ്ടാവും" എന്നു പറഞ്ഞതിനെ കേട്ടതിൽ ഇന്ദുലേഖയെക്കുറിച്ചാണ് ഒന്നാമതു മാധവൻ വിചാരിച്ചത്. ആ വിചാരം ഉണ്ടായ ക്ഷണം മാധവന്റെ മുഖത്ത് പ്രത്യക്ഷമായ ഒരു വികാരഭേദം ഉണ്ടായി. എങ്കിലും അതു ക്ഷണേന അടക്കി, അറയിൽ അങ്ങോട്ടും ഇങ്ങോട്ടും

നടന്നുംകൊണ്ടു ലേശം മന്ദഹാസത്തോടെ മാധവൻ മറുപടി പറഞ്ഞു.

മാധവൻ : അദ്ദേഹത്തിനെ ഞാൻ എന്താണു മുഷിപ്പിക്കുന്നത്? ന്യായമായ വാക്കു പറഞ്ഞാൽ അദ്ദേഹം എന്തിന് മുഷിയണം? അദ്ദേഹത്തിന്റെ ന്യായമല്ലാത്ത മുഷിച്ചിലിന്മേൽ എനിക്കു ഭയമില്ലാ.

ശങ്കരമേനോൻ : ഛീ! ഗുരുത്വക്കേട് പറയല്ലാ.

മാധവൻ : എന്തു ഗുരുത്വക്കേട്? എനിക്ക് ഈ വാക്കിന്റെ അർത്ഥം തന്നെ അറിഞ്ഞുകൂടാ.

ശങ്കരമേനോൻ : അത് അറിയാത്തതാണു വിഷമം. അപ്പ! നീ കുറെ ഇംക്ലീഷ് പഠിച്ച് സമർത്ഥനായി എന്നു വിചാരിച്ചു നമ്മളുടെ സമ്പ്രദായവും നടപ്പും കളയല്ലാ. കുട്ടൻ ഊണു കഴിഞ്ഞുവോ?

മാധവൻ : ഇല്ല. എനിക്കു മനസ്സിന്നു വളരെ സുഖക്കേടു തോന്നി. അമ്മ പാൽക്കഞ്ഞിയും എടുത്തു വഴിയെവന്നിരുന്നു.

അപ്പോൾ പാർവ്വതി അമ്മ പാൽക്കഞ്ഞി വെള്ളിക്കിണ്ണത്തിൽ കൈയിൽ എടുത്തതോടുകൂടി അകത്തേക്കു കടന്നു.

ശങ്കരമേനോൻ : പാർവ്വതീ! കേട്ടില്ലേ കുട്ടൻ പറഞ്ഞതെല്ലാം?

പാർവ്വതി അമ്മ : കേട്ടു. അശേഷം നന്നായില്ലാ.

മാധവൻ : പാൽക്കഞ്ഞി ഇങ്ങട്ടു തരൂ.

രണ്ടിറക്കു പാൽക്കഞ്ഞി നിന്നേടത്തുനിന്നുതന്നെ കുടിച്ച് അമ്മയുടെ മുഖത്തു നോക്കി ചിരിച്ചുംകൊണ്ട്-

മാധവൻ : അല്ലാ, അമ്മക്കും എന്നോടു വിരോധമായോ?

പാർവ്വതി അമ്മ : പിന്നെയോ, അതിനെന്താണു സംശയം? ജ്യേഷ്ഠനും അമ്മാമനും ഹിതമല്ലാത്തത് എനിക്കും ഹിതമല്ലാ. ആട്ടേ, ഈ കഞ്ഞി കുടിക്കു, എന്നിട്ട് സംസാരിക്കാം. നേരം ഉച്ചയായി. കുടുമ എന്തിനാണ് എപ്പോഴും ഇങ്ങിനെ തൂക്കി ഇടുന്നത്? ഇങ്ങട്ടു വരൂ, ഞാൻ കെട്ടിത്തരാം. കുടുമ പകുതി ആയിരിക്കുന്നു.

മാധവൻ : അമ്മേ, ശിന്നനെ ഇംക്ലീഷ് പഠിപ്പിക്കേണ്ടത് ആവശ്യമോ അല്ലയോ? നിങ്ങൾ പറയിൻ.

പാർവ്വതി അമ്മ : അതു നിന്റെ വലിയമ്മാമൻ നിശ്ചയിക്കേണ്ടതല്ലേ കുട്ടാ. എനിക്ക് എന്തറിയാം. വലിയമ്മാമനല്ലേ നിന്നെ

പഠിപ്പിച്ചത്, അദ്ദേഹം തന്നെ അവനേയും പഠിപ്പിക്കു മായിരിക്കും.

മാധവൻ : വലിയമ്മാമൻ പഠിപ്പിക്കാതിരുന്നാലോ?

പാർവ്വതി അമ്മ : പഠിക്കേണ്ട.

മാധവൻ : അതിനു ഞാൻ സമ്മതിക്കുകയില്ലാ.

പാർവ്വതി അമ്മ : കിണ്ണം ഇങ്ങോട്ടു തന്നേക്കൂ. ഞാൻ പോകുന്നു. ഉണ്ണാൻ വേഗം വരണേ.

●

* ഒ. ചന്തുമേനോൻ, 'ഇന്ദുലേഖ', ഡി. സി. ബുക്സ് കോട്ടയം, 2014 മെയ് പതിപ്പ്, പേജ് 19-22.

ഇന്ദുലേഖ രണ്ടാം അദ്ധ്യായത്തിൽനിന്ന്*

രണ്ടാം അദ്ധ്യായം

... . സുന്ദരികളായിട്ടുള്ള നായികമാരെ വർണ്ണിക്കുന്നതിലുള്ള സാമർത്ഥ്യം ഒട്ടും എനിക്കില്ലെന്ന് ഈ അദ്ധ്യായം എഴുതേണ്ടി വരുമെന്ന് ഓർത്തപ്പോൾ എനിക്കുണ്ടായ ഭയം എന്നെ നല്ലവണ്ണം മനസ്സിലാക്കിയിരിക്കുന്നു. എന്നാലും നിവൃത്തിയില്ലല്ലോ. കഴിയുമ്പോലെ പറയുക എന്നേ വരൂ. ഇന്ദുലേഖയ്ക്ക് ഈ കഥ ആരംഭിക്കുന്ന കാലം ഏകദേശം പതിനെട്ടു വയസ്സു പ്രായമാണ്. ഇവളുടെ സൗന്ദര്യത്തെക്കുറിച്ച് അവയവംപ്രതി വർണ്ണിക്കുന്നതിനേക്കാൾ അധികം എളുപ്പം ആകപ്പാടെ ഇവളുടെ ആകൃതിയുടെ ഒരു ശോഭയെക്കുറിച്ചുമാത്രം അല്പം പറയുന്നതാണ്. സൗന്ദര്യം എന്നത് ഇന്നതാണെന്നും ഇന്നപ്രകാരമായാലാണെന്നും മുൻകൂട്ടി മനസ്സുകൊണ്ടു ഗ്രഹിച്ചു ഗണിക്കപ്പെട്ടുവാൻ സാദ്ധ്യമായ ഒരു ഗുണപദാർത്ഥമല്ലാ. പലേ സ്ഥിതികളിലും പലേ പ്രകാരമുള്ള യോജ്യതകളിലും ഒരു രൂപത്തിന്നു സൗന്ദര്യമുണ്ടായി എന്നുവരാം. കറുപ്പുനിറം സാധാരണ ശരീരവർണ്ണത്തിന്നു സൗന്ദര്യമില്ലാത്തതാണെന്നു പറയുന്നു. എന്നാൽ ചിലപ്പോൾ കറുപ്പുനിറം വേറെ സാധനങ്ങളുമായുള്ള ചേർച്ചയാലോ മറ്റു പ്രകാരത്തിലോ ബഹുശോഭയോടെ കാണപ്പെടുന്നുണ്ട്. (ഇന്ദുലേഖ കറുത്തിട്ടാണെന്ന് എന്റെ വായനക്കാര് ഇവിടെ ശങ്കിച്ചുപോകരുതേ). അതുപ്രകാരം തന്നെ ധാവള്യം, അല്ലെങ്കിൽ സ്വർണ്ണവർണ്ണം ഇതുകൾ ശരീരവർണ്ണത്തിന്നു ഭംഗിയുള്ളതാണെന്നു സാധാരണ ധരിച്ചു വരുന്നുണ്ട്. എന്നാൽ ചിലപ്പോൾ ഈ വർണ്ണമായാലും ചില ശരീരത്തിന്നു ഭംഗിയില്ലെന്നു തോന്നുന്നു. എന്റെ അഭിപ്രായത്തിൽ സൗന്ദര്യം എന്നതു ശോഭാനിഷ്ഠമായ ഒരു സാധനമാണെന്നാകുന്നു. ശോഭ എവിടെ തോന്നുന്നുവോ അവിടെ സൗന്ദര്യമുണ്ട് എന്നു പറയാം.

ഈ ഇന്ത്യാരാജ്യത്തുള്ള സംസ്കൃതഗ്രന്ഥങ്ങളിൽ ഒരു സ്ത്രീയുടെ സൗന്ദര്യവർണ്ണനയിൽ കചങ്ങൾക്ക് അതികൃഷ്ണവർണ്ണത്വവും നേത്രങ്ങൾക്കു നീലാബ്ജസദൃശതയും അതിവിശിഷ്ടമായ സൗന്ദര്യലക്ഷണങ്ങളിൽ മുഖ്യങ്ങളായി പറഞ്ഞുകാണുന്നു. ഇംക്ലീഷ് കവികൾ ഒരു യുവതിയുടെ സൗന്ദര്യലക്ഷണങ്ങളിൽ അവളുടെ തലമുടിയുടെ സ്വർണ്ണവർണ്ണത്വവും കണ്ണിഴികൾക്കു മഞ്ഞിയമാതിരി വെളുപ്പോട്ടുകൂടിയ ലഘുവായ നീലവർണ്ണവും (അല്ലെങ്കിൽ പട്ടഭാഷയിൽ നമ്മൾ പറയുന്നതുപോലെ ശുദ്ധ പൂച്ചക്കണ്ണ്) മുഖ്യങ്ങളായി വർണ്ണിച്ചുവരുന്നു.

ഇവിടെ സംസ്കൃതകവികളുടെയും ഇംക്ലീഷ് കവികളുടെയും സിദ്ധാന്തങ്ങൾ രണ്ടും ശരിയാണെന്നു പലപ്പോഴും എനിക്കുതന്നെ തോന്നിയിട്ടുണ്ട്... ...

●

* ഇന്ദുലേഖ, ഡി. സി. ബുക്സ്, 2014 മെയ് പതിപ്പ്, പേജ് 23.

Poverty and Un-British Rule in India*

Dadabhai Naoroji

Introduction

In order to give briefly some indication of the scope and object of this book, I make some introductory remarks.

The title of the book is "Poverty and Un-British Rule in India," i.e. , the present system of government is destructive and despotic to the Indians and un-British and suicidal to Britain. On the other hand, a truly British course can and will certain; be vastly beneficent both to Britain and India.

Before dealing with the above evil qualities of the present system of government I would first give a very brief sketch of the benefits which India has derived from British connexion, and of the immense importance of India to Britain for Britain's own greatness and prosperity.

THE BENEFITS OF INDIA

The present advanced humanitarian civilisation of Britain could not but exercise its humane influence to abolish the customs of sati and infacticide, earning the everlasting blessings of the thousands who have been and will be saved thereby.

The introduction of English education, with its great, noble, elevating, anf civilising literature and advanced science, will for ever remain a monument if good work done in India and a claim to gratitude upon the Indian people. This education has taught the highest political ideal of British citizenship and raised in the hearts of the educated Indians the hope and aspiration to be able to raise their coutrymen to the same ideal citizenship. This hope and aspiration as their greatest good are at the bottom of all their present sincere and earnest loyalty, in spite of the disappointments, discouragements and despotism of a century and half. I need not dwell upon several consequential social and civilising benefits. But the greatest and the most valued of all the benefits are the most solemn pledges of the Act of 1883, and the Queen's Proclamations of 1858, 1877 and 1887, which if "faithfully and conscientiously fulfilled" will be Britain's highest gain and glory and India's greatest blessing and benefit.

Britain may well claim credit for law and order, which, however, is as much necessary for the existence of British rule in India as for the good of the Indian people; for freedom of speech and press, and for other benefits flowing therefrom.

THE IMMENSE IMPORTANCE OF INDIA TO BRITAIN'S EMPIRE, TO ITS GREATNESS AND ITS PROSPERITY

Lord Curzon, before he went out to India as Viceroy, laid great and repeated emphasis, two or three times, upon the fact of this importance of India to Britian. "India," he said, "was the pivot of our Empire. (Hear, hear.) If this Empire lost any other part of its dominion we could survive, but if we lost India, the sun of our Empire would be set" (Times, 3/12/1898)

Lord Roberts, after retiring for good from India, said to the London Chamber of Commerce: -

"I rejoice to learn that you recognise how indissolubly the prosperity of the United Kingdom is bound up with the retention of that vast Eastern Empire" (Times, 25/5/1893). He repeated "that the retention of our Eastern Empire is essential to the greatness and prosperity of the United Kingdom" (Times, 29/7/1893). And with still more emphasis he pointed out upon what essential condition such retention of the Indian Empire depended-not upon brute force; but "however," he said, "efficient and well-equipped the army of India may be, were it indeed absolute perfection, and were its numbers considerably more than they are at present, our greatest strength must ever rest on the firm base of a united and contented India."

I now come to the faults of the present un-British system of Government, which unfortunately "more than counter-balances the benefits."

DESTRUCTIVE AND DESPOTIC TO THE INDIANS

The Court of Directors, among various expressions of the same character, said, in their letters of 17/5/1766 and others about the same time: "Every Englishman throughout the country.... exercising his power to the oppression of the helpless Native... . . We have the strongest sense of the deplorable state... . from the corruption and rapacity of our servants... by a scene of the most tyrannic and oppressive conduct that ever was known in any age or country!" Such unfortunately was the beginning of the connexion between Britain and India-based on greed and oppression. And to our great misfortune and destruction, the same has remained in subtle and ingenious forms and subterfuges up to the present day with ever increasing impoverishment.

Later, as far back as 1787, Sir John Shore (subsequently Governor-General) prophesied the evils of the present system of the British Indian Government which is true to the present day.

He said in a deliberate Minute: -

"Whatever allowance we may make for the increased industry of the subjects of the State, owing to the enhanced demand for the produce of it (supposing the demand to be enhanced), there is reason to conclude that the benefits are more than counterbalanced by evils inseparable from the system of a remote foreign dominion..."[1]

Commonsense will suggest this to any thoughtful mind. These evils have ever since gone on increasing, and more and more counterbalancing the increased produce of the country, making now the evil of the "bleeding" and impoverishing drain by the foreign dominion nearly or above £ 3, 000, 000 a year in a variety of subtle ways and shapes; while about the beginning of the last century the drain was declared to be £ 3, 000, 000 a year-and with private remittances, was supposed to be near £ 5, 000, 000- or one-sixth of what it is at present. If the profits of exports and freight and insurance, which are not accounted for in the official statistics, be considered, the present drain will be nearer forty than thirty millions; speaking roughly on the old basis of the value of gold at two shillings per rupee.

Mr. Montgomery Martin, after examining the records in the Indian House of a minute survey made in 1807-1814 of the condition of some provinces of Bengal and Behar, said in 1835 in his "Eastern India": - "It is impossible to avoid remarking two facts as peculiarly striking-first the richness of the country surveyed, and second, the poverty of its inhabitants... . . The annual drain of £3, 000, 000 on British India has amounted in thirty years, at 12 per cent. (the usual Indian rate) compound interest to the enormous sum of £723, 900, 000 sterling... So constant and accumulating a drain, even in England, would soon impoverish her. How severe then must be its effects on India when the wage of a labourer is from twopence to threepence a day." He also calculates the result of the drain of £5, 000, 000 a year. What then must be or can be the effect of the unceasing drain which has now grown to the enormous amount of some £30, 000, 000 a year, if not famines and plagues, destruction and impoverishment!

Mill's "History of India" (Vol. VI, p. 671; "India Reform Tract" II, p. 3) says: "It is an exhausting drain upon the resources of the country, the issue of which is replaced by no reflex; it is an extraction of the life blood from the veins of national industry which no subsequent introduction of nourishment is furnished to restore."

Sir George Wingate has said (1859): "Taxes spent in the country from which they are raised are totally different in their effect from taxes raised in one country and spent in another. In the former case the taxes collected from the population... . are again returned to the industrious classes... . But the case is wholly different when the taxes are not spent in the country from which they are raised... They constitute... an absolute loss and extinction of the whole amount withdrawn from the taxed country... might as well be thrown into the sea... Such is the nature of the tribute we have so long extracted from India... From this explanation some faint conception may be formed of the cruel, crushing effect of the tribute upon India... The Indian tribute, whether weighed in the scales of justice or viewed in the light of our own interest, will be found to be at variance with humanity, with commonsense, and with the received maxims of economics science" ("A Few Words on Our Financial Relation with India." London: Richardson Bros. , 1859).

Lord Salisbury, as Secretary of State for India, in a Minute (26/4/1875) said - [C. 3086-1-(1884, p. 144]: -

"The injury is exaggerated in the case of India, where so much of the revenue is exported without a direct equivalent. As India must be bled the lancet should be directed to the parts where the blood is congested or at least sufficient, not to those" (the agricultural people) "which are already feeble from the want of it."

This was said twenty-six years ago, and those who were considered as having sufficient blood are also being brought lower and lower. The "want of blood" among the agricultural population is getting so complete that famines and plagues like the present are fast bleeding the masses to death.

Lord Lawrence, Lord Cromer, Sir Auckland Colvin, Sir David Barbour and others have declared the extreme poverty of India.

But the drain is not all. All the wars by which the British Indian Empire is built up have not only been fought mainly with Indian blood, but every farthing of expenditure (with insignificant exceptions) incurres in all wars and proceedings within and beyond the frontiers of India by which the Empire has been built up and maintained up to the present day has been extracted from the Indian people. Britain has spent nothing.

There is the great injustice that every expenditure incurred even for British interest is charged to India. Under the recommendation of the late "Royal Commission on Indian Expenditure and Apportionment" the British Government has done a very small justice in refunding about £250, 000 a year. Even for such trifle of justice we are thankful, and hope that this may lead to further justice. But it is necessary for us to have the help of the recognition and voice of the British public to ensure this.

The utter exhaustion and destruction from all these causes is terrific, and cannot but produce the present famines, plagues, etc. What would Britain's condition be under a similar fate? Let her ask herself that question. The Anglo-Indians always shirk that question, never face it. Their selfishness makes them blind and deaf to it.

DESPOTISM

I need only say that the people of India have not the slightest voice in the expenditure of the revenue, and therefore in the good government of the country. The powers of the Government being absolutely arbitrary and despotic, and the Government being alien and bleeding, the effect is very exhausting and destructive indeed.

Sir William Hunter has truly said: -

"I cannot believe that a people numbering one-sixth of the whole inhabitants of the globe, and whose aspirations have been nourished from their earliest youth on the strong food of English liberty, can be permanently denied a voice in the government of their country. I do not believe that races... into whom we have instilled the maxim of 'no taxation without representation' as a fundamental right of a people, can be permanently excluded from a share in the management of their finances."

UN-BRITISH AND SUICIDAL TO BRITIAN

A committee of five members of the Council of the Secretary of State for India have declared the British Government to be "exposed to the charge of keeping promise to the ear and breaking it to the hope" (Report, 20th January, 1860).

Lord Lytton, as Viceroy of India, in a Minute referred to in the despatch of the Government of India of 2nd May, 1878, said: "No sooner was the Act (1833) passed than the Government began to devise means for practically evading the fulfilment of it.... We have choosen between prohibiting them and cheating them, and we have chosen the least straighforward course... are all so many deliberate and transparent subterfuges for stultifying the Act and reducing it to a dead letter.... I do not hesitate to say that both the Government of England and of India appear to me up to the present moment unable to answer satisfactorily the charge of having taken every means in their power of breaking to the heart the words of promise they had uttered to the ear." (First Report of the Indian National Congress.)

Thue Duke of Argyll has said: "We have not fulfilled our duty or the promises and engagements which we have made." (Hansard, 11/3/1869)

Lord Salisbury, in reply to Lord Northbrook's pleading for the fulfilment of British solemn pledges, said it was all "political hypocrisy." (Hansard, 9/4/1883)

SUICIDAL TO BRITAIN

Sir John Malcolm says: "We are not warranted by the history of India, nor indeed by that of any other nation in the world, in reckoning upon the possibility of preserving an Empire of such a magnitude by a system which excludes, as ours does, the Natives from every station of high rank and honorable ambition... . If we do not use the knowledge which we impart it will be employed against us... If these plans are not associated with the creation of duties that will employ the minds which we enlighten, we shall only prepare elements that will hasten the destruction of our Empire. The moral evil to us does not thus stand alone. It carries with it its Nemesis, the seeds of the destruction of the Empire itself."

Mr. Joh Bright: "I say a Government like that has some fatal defect which at some not distant time must bring disaster and humiliation to the Government and to the people on whose behalf it rules." (Speech in the Manchester Town Hall, 11/12/1877)

The Duke of Devonshire pointed out that "it is not wise to educate the people of India, to introduce among them your civilisation and your progress and your literature and at the same time to tell them they shall never have any chance of taking any part or share in the administration of the affairs of their country except by their getting rid in the first instance of their European rulers."- (Hansard, 23/8/1883)

Lord Randolph Churchill, as Secretary of State for India, has said in a letter to the Treasury: -

"The position of India in relation to taxation and the sources of public revenue is very peculiar, not merely from the habits of the people and their strong aversion to change, which is more specially exhibited to new forms of taxation, but likewise from the character of the Government which is in the hands of foreigners who hold all the principal administrative offices, and form so large a part of the army. The impatience of the new taxation, which will have to be borne wholly as a consequence of the foreign rule imposed on the country, and virtually to meet additions to charges arising outside of the country, would constitute a political danger, the real magnitude of which it is to be feared is not at all appreciated by persons who have no knowledge of or concern in the Government of India, but which those responsible for that Government have long regarded as of the most serious order."[2]

Lord George Hamilton candidly admits: - "Our Government never will be popular in India." Again, "our Government never can be popular in India."- (Times, 16/6/1899)

How can it be otherwise? If the present un-British and suicidal system of government continues, commonsense tells us that such a system "can never" and "will never" be popular. And if so such a deplorable system cannot but perish; as Lord Salisbury truly says, "Injustice will bring the highest on earth to ruin." Macaulay has said, "The heaviest of all yokes is the yoke of the stranger." And if the British rule remains, as it is at present, a heavy yoke of the stranger and the despot, instead of being a true British rule and a friendly partner, it is doomed to perish. Evil is not, and never will be, eternal.

TRUE BRITISH RULE

True British rule will vastly benefit both Britain and India. My whole object in all my writings is to impress upon the British People, that instead of a disastrous explosion of the British Indian Empire, as must be the result of the present dishonourable un-British system of government, there is a great and glorius future for Britain and India to an extent unconceivable at present, if the British people will awaken to their duty, will be insist upon the "faithful and conscientious fulfilment" of all their great and solemn promises and pledges.

Mr. John Bright has truly said: "The good of England must come through the channels of the good of India. There are but two modes of gaining anything by our connexion with India. The one is by plundering the people of India and the other by trading with them. I prefer to do it by trading with them. But in order that England may become rich by trading with India, India itself must become rich." Cannot British authorities see their way to such intelligent selfishness? Hitherto England has to some extent made herself rich by plundering India in diverse subtle and ingenious ways. But what I desire and maintain is that England can become far richer by dealing justly and honourable with India, and thereby England will not only be a blessing to India and itself, but will be a lesson and a blessing to mankind.

Macaulay, in his great speech of 1833, said: "I have no fears. The path of duty is plain before us; and it is also the path of wisdom, of national prosperity, of national honou... To have found a great people sunk in the lowest depths of slavery and superstition, to have so rules them as to have made them desirous and capable of all the privileges of citizens would indeed be a title to glory all our own. The sceptre may pass away from us. Unforseen accidents may derange our most profound schemes of policy. Victory may be inconstant to our arms. But there are triumphs which are followed by no reverses. There is an empire exempt from all natural causes of decay. Those triumphs are the pacific triumphs of reason over barbarism; that empire is the imperishable empire of our arts and our morals, our literature and our laws."

Sir William Hunter, after refferring to the good work done by the Company, said: "But the good work thus commenced has assumed such dimensions under the Queen's government of India that it can no longer be carried on, or even supervised, by imported labour from England except at a cost which India cannot sustain... Forty years hereafter we should have had an Indian Ireland multiplied fifty fold on our hands... You cannot work with imported labour as cheaply as you can with Native labour, and I regard the more extended employment of the Natives not only as an act of justice but as a financial necessity." "The appointment of a few Natives annually to the Covenanted Civil Service will not solve the problem... If we are to govern the Indian people efficiently and cheaply we must govern them by means of themselves and pay for the administration at the market rates of Native labour." ("England's Work in India," pp. 118-9)

The Duke of Devonshire has said: "If the country is to be better governed that can only be done by the employment of the best and most intelligent of the Natives in the Service."

Events are moving now at lightning pace, and it is difficult to say what tomorrow may bring, as forces evil or beneficent when once set in motion will move with accelerated speed to their natural results-evil out of evil, good out of good.

In the "faithful and conscientious fulfilment" of solemn pledges, India expects and demands that the British Sovereign, People, Parliament and Government, should make honest efforts towards what the Bishop of Bombay described as the aspirations and necessities of India- "Self-government under British paramountcy"or true British citizenship.

This book contains a selection from my papers written from time to time as occasion arose, and I think giving them in the same order here will be the most intelligible form for a subject which is so complicated and whose important points are so much intermixed with each other.

1. The italics are all mine, except when stated otherwise.

2. "Parliamentary Return" [C. 4868], 1886

●

** From 'Poverty and un-British rule in India', Dadabhai Naoroji, Pages V to XIV, Swan Sonnenchein & Co. , Lim, Patternoster* Square, London, 1901.

From 'Famines in India'*

Romesh Dutt

Famines in India

One cannot read without a feeling of sadness and of humiliation this melancholy record of famines in India under British rule. There were reasons for famines in the last century and in the early years of this century. When an old system of government breaks down, and the country passes under a new power, wars and dis-orders are inevitable. When the Moghal power broke down in India, and Mahrattas and Afghans contended for supremacy, war and devastation followed. And when the British nation entered into the arena, they too took their part in many wars which impeded cultivation and harassed the populationof peaceful villages. In the words of Sir Thomas Munro, wars were added to unfavourable seasons to bring on recurring famines in India. We may also add to these reasons the misrule of the servants of the East India Company, and the unhappy blunders which were perhaps inevitable, when a new race of rulers found themselves suddenly called upon to administer the land revenues of a strange and newly conquered country.

But these causes have longed ceased to operate. In 1858, the administration of the country passed from the East India Company to the Crown, and since then India has enjoyed profound peace, undisturbed by a single war within her natural frontiers. The land is fertile; the people are peaceful and loyal, industrious and frugal; and generations of British administrators have been trained in the duties of Indian administration. And yet famines have not disappeared. Within the last forty years, within the memory of the present writer, there have been ten famines in India, and at a moderate computation, the loss of lives from starvation and from diseases brought on by these famines may be estimated at fifteen millions within these forty years. It is a melancholy phenomenon which is not presented in the present day by any other country on earth enjoying a civilised administration.

An explanation is sometimes sought for this phenomenon in the supposed improvidence of the people, in the rapacity of the money-lender, or in the increase of population. A close examination of facts, however, shows the unsoundness of such explanations. The increase of population in India is slow, slower than in England and Wales, slower than in eighteen other countries out of twenty-eight for which figures are available. The peasantry of India are not improvident, they are the most frugal and the most provident of all races of peasantry on earth. And the money-lender is the result, not the cause, of the poverty of the cultivators. In portions of India where cultivators are well off, the money-lender has little influence; where the peasantry are in perpetual poverty, the money-lender saves them in times of difficulty but gets a good grip over their land and property.

If we honestly seek for the true causes of recent famines in India, without prejudice or bias, we shall not seek in vain. The immediate cause of famines in almost every instance is the failure of rains, and this cause will continue to operate until we have a more extensive system of irrigation than has yet been provided. But the intensity and the frequency of recent famines are greatly due to the resourceless condition and the chronic poverty of the cultivators, caused by the over-assessment of the soil on which they depend for their living.

We have no wars within the natural frontiers of India now, but peace has not brought with it a reduction in the public expenditure or in the public debt. India maintains the most expensive foreign government on earth, and one-third or one-half of the net revenues of India is sent out of India every year, instead of being spent in the country to fructify her industries and trades. Land revenue is the most important item of the Indian revenues, and so it happens that the taxation falls heavily on the cultivators of the soil, and reduces them to a condition of chronic poverty. They can save nothing in years of good harvest, and consequently every year of drought is a year of famine.

It is necessary, for a clear understanding of the subject, to consider the different Provinces of India separately. In BENGAL and in NORTHERN INDIA the cultivators generally pay rents to private landlords, and wise laws have been made to restrict the demands of landlords, though a further extension of these laws is still necessary. The State-demand from the landlords, too, has been restricted-in Bengal by the Permananet Settlement of 1793, and in Northern India by the Sabaranpur Rules of 1855-and the land revenue realised is between five and ten per cent of the value of the gross produce of the soil. But in BOMBAY and in MADRAS the State itself is virtually the landlord; it has not provided adequate protection to the cultivator against over-assessment; and the land revenue realised is between twelve and thirty-one per cent of the gross produce in Madras, and probably more in Bombay. 1 In the CENTRAL PROVINCES, the Cultivators pay rents to private landlords, but the rents so payable are fixed by the State, and the proportion of the rent demanded as Government revenue is also fixed by the State. In recent settlements the rents have been raised from two to twenty per cent and the revenue from twenty to one hundred per cent. 2

Such, briefly, are the land administration arrangements in the five different portions of the Indian Empire, and if we examine some what closely the death-rates of the famines which have occurred in India within this generation, i. e. within the last twenty-five or thirty years, we shall find that deaths have generally been most numerous, and famines have been most intense and fatal, in those places where the cultivators are the least protected against over-assessment. In 1874 there was a famine in Bengal which caused no loss of life; in 1877 there was a famine in Madras, and over five millions of the population perished. In 1892 there was a general famine in many parts of India; there was loss of life in Madras, but in Bengal "there were no deaths from starvation. " In 1897 there was also a general famine; in Bengal and Northern India the relief operations were successful in preventing loss of lives; in the Central Provinces the deaths were more than double the normal rate. And in the present famine the distress is most severe, and the deaths most numerous, in Bombay and the Central Provinces.

There is no people on earth animated by a more loyal and sincere desire to contribute to the resources of the Government according to their power than the people of India. They desire that the revenues of the Government should increase with the increasing properity of the people. They pray that the revenues of the Government be not increased by over-assessing the soil and impoverishing the people. Any endeavour to increase the revenues of India by over-assessment of the soil is both unjust and unwise-unjust because the soil in India is now virtually the only means of the nation's subsistence, and unwise because the revenues of India and the trade with India will not increase in the long run if the people are impoverished.

1. See Appendices A and B.
2. See Appendix C.
3. See Appendix C.

●

* From 'Famines in India', Romesh Dutt, Open Letters to Lord Curzon, 1900 PSKing & Son, West Minster.

www.ingramcontent.com/pod-product-compliance
Lightning Source LLC
LaVergne TN
LVHW040028051026
849525LV00003B/1025
* 9 7 8 9 3 5 5 1 7 1 6 4 1 *